NÚTÍMA SUSHI LEIKNI HOGBÓK

100 uppskriftir til að leiðbeina þér inn í listina að nútíma sushi

Margrét   Sigurðardóttir

Höfundarréttarefni ©2023

Allur réttur áskilinn

Engan hluta þessarar bókar má nota eða senda á nokkurn hátt eða á nokkurn hátt án skriflegs samþykkis útgefoga og höfundarréttarhafa, nema stuttar tilvitnanir sem notaðar eru í umsögn. Þessi bók ætti ekki að koma í staðinn fyrir læknisfræðilega, lögfræðilega eða aðra faglega ráðgjöf.

EFNISYFIRLIT _

- EFNISYFIRLIT _ 3
- KYNNING 6
- NÝALDA SUSHI 7
  - 1. Fyllt Kiwi Sushi 8
  - 2. Key Lime Eftirréttur Sushi 10
  - 3. Ostur, Tater Tots og Bacon Sushi 13
  - 4. Súkkulaði Tiramisu Sushi 15
  - 5. Fyllt kalkúnarúlla með kartöflu Wasabi 18
  - 6. Banana sushi 21
  - 7. Frushi með kókoshrísgrjónum 23
  - 8. Ramen Sushi 26
  - 9. Þurrkuð skinka með Cantaloupe Sushi 29
  - 10. Hrekkjavaka Poga Sushi 31
  - 11. PB&J Samloka Sushi 33
  - 12. PylsaSushi 35
  - 13. Beikon sushi 37
  - 14. Vöfflu morgunmatur Sushi 39
  - 15. Einhyrningur Sushi kleinuhringir 41
  - 16. Fylltar gúrku sushi rúllur 44
  - 17. Ostborgara sushi 46
  - 18. Banana Nutella Eftirrétt Sushi 48
  - 19. Banani Pistasíu Sushi 50
  - 20. Sushi nammi 52
  - 21. Súkkulaði bananarúlla 54
  - 22. Karamellu epla sushi 56
  - 23. Matcha Grænt te crepeSushi 58
  - 24. BláberjasælaMochi Sushi 60
  - 25. Sítrónu bláberSushi Rúllur 62
  - 26. Ávaxtapönnukaka Sushi með kotasælu 64
  - 27. Sushi með brasilískum hnetum 67
- FREMOGI SUSHI RÚLLUR 69
  - 28. Wagyu nautakjöt sushi rúllur 70
  - 29. Uni og Tobiko sushi rúllur 72
  - 30. Hamagari Samloka Sushi 74
  - 31. Humar sushi rúllur 76
  - 32. Daikon Radísa og Omelettur Sushi 78
  - 33. Reyktur lax og rjómaostur sushi rúlla 81
  - 34. Túnfiskur og mangó sushi rúlla 83

35. Kryddaður Shiitake sveppirúlla ... 85
36. Avókadó gúrka sushi rúlla ... 87
37. Kryddaðir hörpudiskur sushi rúllur ... 89
38. Krabbi og avókadó sushi rúlla ... 91
39. Gljáður eggaldin sushi ... 93
40. Ála og gúrku sushi rúlla ... 95
41. Stökk enoki sveppirúlla ... 97
42. Kavíar og rjómaostur sushi rúllur ... 100
43. Túnfisk Tartare Sushi rúllur ... 102
44. MjúkskeljakrabbiSushi Rúllur ... 104
45. Hörpuskel og Tobiko Sushi rúllur ... 106
46. Toro og kavíar sushi ... 108
47. Humar og Truffluolía Sushi ... 110
48. Foie Gras og Fig Sushi ... 112
49. Uni og Wagyu Nautakjöt Sushi ... 114
50. Radísur og rækjur Sushi Nigiri ... 116
51. Krabbi konungurog Avocado Sushi ... 118
52. Sjóbassiog Trufflu Sushi ... 120
53. Önd og hoisinsósa Sushi ... 122
54. Feitur lax og avókadó sushi ... 124
55. Áll og avókadó sushi ... 126
56. Humar og kavíar sushi ... 128
57. Svört hrísgrjón Sushi Rúlla með Tofu og Grænmeti ... 130
58. Grillaður áll og avókadó sushi rúlla ... 132
59. Radísur og grænmetis sushi rúlla ... 134
60. Túnfiskur og sojabaunir Sushi ... 136
61. Gulrótarlox og avókadó sushi ... 139
62. Brún hrísgrjón grænmetisrúlla ... 141
63. Sushi rúlla með kínóa og avókadó ... 143
64. Radísur og gúrka sushi rúlla ... 145

SUSHI SKÁLUR ... 147

65. Dynamite hörpuskel sushi skál ... 148
66. Skinku og ferskja sushi skál ... 150
67. Appelsínugult Sushi bollar ... 152
68. Hrærið Sushi skál ... 154
69. Sushiskál með eggjum, ostum og grænum baunum ... 156
70. Ferskja Sushi skál ... 158
71. Ratatouille Sushi skál ... 160
72. Stökksteikt Tofu Sushi skál ... 162
73. Avókadó sushi skál ... 165
74. Þang hrísgrjónaskál ... 167
75. Kryddaður humar sushi skál ... 169
76. Grilluð Stutt rif sushi skál ... 171
77. Ferskur lax og avókadó sushi skál ... 173

PRESSERT, GUNKAN OG NIGIRI SUSHI ... 175

78. Granatepli og dökkt súkkulaði Nigiri 176
79. Avókadó og granatepli Nigiri 178
80. Shiitake Nigiri 180
81. Jarðarberjaostakaka Nigiri 182
82. Reykt Tofu Nigiri 184
83. Radís og túnfiskur Sushi Nigiri 186

SUSHI HOGRULLUR/TEMAKI 188

84. Mango Klístrað hrísgrjónMaki 189
85. Grænmetis Tempura hogrúllur 191
86. Beikon hogrúllur 193
87. Hnetusmjör & Banani Temaki 195
88. Grænkál Chip Hog Rúllur 197
89. Kimchee og tómatarrúllur 199
90. Kókosmangó Temaki 201

SASHIMI 203

91. Melóna Sashimi 204
92. Heirloom Tomato Sashimi 206
93. Hörpuskel Carpaccio 208
94. Sæt rækju Sashimi 210
95. Lúða með sítrónu og Matcha salti 212
96. Nautakjöt Tataki fat 214
97. Túnfiskur Sashimi með Jalapeno Granita 216
98. Túnfiskur og avókadó tartar 218
99. Avókadó og Mangó Lax Sashimi 220
100. Truffla Gulur hali Sashimi 222

NIÐURSTAÐA 224

KYNNING

Kveðja, matreiðsluævintýramenn og sushi-áhugamenn! Verið velkomin í heillogi heim "Nútíma Sushi leikni hogbók." Á hinu sívaxogi sviði matargerðarlistar, þar sem nýsköpun dansar við hefðir, er þessi hogbók hlið þín að grípogi ferðalagi inn í hjarta nútíma sushi-föndurs. Þegar við förum af stað í þessa matreiðsluferð, sjáum fyrir okkur eldhús lifogi með taktföstum hljóðum höggva, viðkvæmu listbragði rúllunar og arómatískri sinfóníu ferskra hráefna.

Sushi, með rætur sínar djúpt innbyggðar í japanska hefð, hefur gengið í gegnum ótrúlega myndbreytingu á 21. öldinni. "Nútíma Sushi Leikni Hogbook" er meira en leiðarvísir; þetta er könnun á endurreisn matreiðslu, þar sem klassísk tækni mætir framúrstefnunni, og hver uppskrift er pensilstrokur á striga nútíma sushilistar.

Ímyndaðu þér sushi-upplifun sem fer fram úr því sem venjulega er, þar sem kunnugleg bragðefni eru fyllt með nútímalegum ívafi og hver rúlla segir sögu um sköpunargáfu og nýsköpun. Þessi hogbók er félagi þinn í þessari matargerðarferð og lofar ekki bara uppskriftum heldur yfirgripsmiklum skilningi á tækni, hráefni og listrænum meginreglum sem skilgreina nútíma sushi leikni.

Hvort sem þú ert vanur sushi-kokkur og ert að leita að ferskum innblástur eða heimakokkur sem er fús til að fara í sushi-ævintýri, þá er þessi hogbók unnin til að styrkja þig. Við skulum kafa í sameiningu niður í djúp nútíma sushi-föndurgerðar – ferðalag þar sem hefð og nútímann renna saman til að búa til matreiðsluteppi sem er bæði tímalaust og háþróað.

Megi eldhúsið þitt verða griðastaður tilrauna, sushiið þitt er vitnisburður um sköpunaroga þinn og hver biti fagnar kraftmiklum og síbreytilegum heimi nútíma sushi. Vertu með mér þegar við rúllum, sneiðum og njótum leiðar okkar inn í grípogi listina „Nútíma sushi leikni"!

NÝALDA SUSHI

1. Fyllt Kiwi Sushi

HRÁEFNI:
- 4 stór kíví
- 4 sneiðar af soðnum kjúkling eða kalkún
- ½ avókadó, þunnt sneið
- ¼ bolli rifin gulrót
- 2 matskeiðar rjómaostur
- Sojasósa eða tamari (til að dýfa, valfrjálst)

LEIÐBEININGAR:
a) Byrjaðu á því að afhýða kiwi og skera í tvennt eftir endilöngu. Skerið lítinn hluta af holdinu úr hverjum kiwi helmingi og búið til holur fyrir fyllinguna. Gættu þess að ausa ekki of mikið út því þú vilt að kívíið haldi lögun sinni.
b) Leggðu sneið af soðnum kjúkling eða kalkún flatt á hreint yfirborð. Smyrjið þunnu lagi af rjómaosti yfir sneiðina.
c) Settu nokkrar sneiðar af avókadó og strá af rifinni gulrót ofan á rjómaostinn, nálægt öðrum enda kjúklinga- eða kalkúnsneiðarinnar.
d) Taktu einn af holóttu kiwihelmingunum og settu hann ofan á fyllingarnar. Þrýstu varlega niður til að tryggja innihaldsefnin.
e) Veltið kjúklinga- eða kalkúnsneiðinni varlega utan um fyllta kiwi helminginn og búið til þétt rúlla. Endurtaktu ferlið með afganginum af kiwi helmingunum og fyllingunum.
f) Þegar þú hefur rúllað öllum fylltu kiwi "sushi" rúllunum skaltu nota beittan hníf til að skera þær í hæfilega stóra bita. Hægt er að festa rúllurnar með tannstönglum ef þarf.
g) Berið fylltu Kiwi "Sushi" rúllurnar fram á diski eða diski. Þú getur raðað þeim í sushi-stíl kynningu ef þess er óskað.
h) Ef þess er óskað, berið fram með hlið af sojasósu eða tamari til að dýfa í.

2.Key Lime Eftirréttur Sushi

HRÁEFNI:
KAKKA
- 2/3 bolli Gold Medal™ óbleikt alhliða hveiti
- 1 tsk lyftiduft
- 1/4 tsk salt
- 1/2 bolli kornsykur
- 3 egg auk 2 eggjahvítur
- 1 tsk hreint vanilluþykkni
- 2 matskeiðar flórsykur, til að pakka kökunni inn

FYLLING
- 1 bolli kornsykur
- 3 matskeiðar Gold Medal™ óbleikt alhliða hveiti
- 1 egg, létt þeytt
- 3/4 bolli vatn
- 1/4 bolli key lime safi
- Þeyttur rjómi, til skrauts
- 1 lime, sneið, til skrauts

LEIÐBEININGAR:
a) Forhitið ofninn í 375°F. Klæddu 17 x 11 tommu kökuplötu með kísilmottu EÐA húðaðu það með matreiðsluúða og klæððu það með smjörpappír. Húðaðu mottuna eða pappírinn með meira matreiðsluúða og settu til hliðar.
b) Hrærið saman hveiti, lyftidufti og salti í lítilli skál.
c) Í meðalstórri skál eða skál með hrærivél, þeytið sykur, egg og eggjahvítur á miklum hraða þar til það er fölt og loftkennt, um það bil 5 mínútur. Hrærið vanillu út í.
d) Bætið hveitiblöndunni saman við í tveimur skömmtum, hrærið á milli, þar til hún er vel felld inn.
e) Hellið deiginu í tilbúið kökuform og dreifið jafnt með spaða. Bakið í um það bil 10 mínútur eða þar til kakan springur aftur þegar hún er snert létt.
f) Á meðan kakan bakast, stráið stórt viskustykki með flórsykrinum. Takið kökuna úr ofninum og hvolfið varlega á tilbúið viskustykki. Fjarlægðu sílikonmottu eða smjörpappír og skerðu kökuna í tvennt eftir endilöngu með beittum hníf. Rúllið kökum varlega af langhliðinni í viskustykkið og setjið hogklæði, með saumahliðinni niður, á borðplötu til að kólna í 30 mínútur til klukkutíma.
g) Gerðu fyllinguna á meðan: Blogið saman sykri, hveiti, eggi, vatni og limesafa í litlum potti. Eldið og hrærið við meðalhita þar til blogan nær að sjóða; hrærið í 1 mínútu þar til það er þykkt. Fjarlægðu af hitanum; Sigtið í gegnum sigti í sérstaka skál og kælið niður í stofuhita.
h) Þegar kökurnar eru orðnar kaldar skaltu rúlla af hogklæðinu og setja hverja köku á stóra plötu af plastfilmu. Smyrjið helmingi fyllingarinnar ofan á hverja köku (þú notar kannski ekki alla fyllinguna -- þetta er í lagi) og rúllaðu þétt upp. Hyljið báðar kökurnar með plastfilmu og setjið í kæliskáp til að stífna í 4 klukkustundir eða yfir nótt.
i) Fjarlægðu settar kökur úr kæli og úr plastfilmu. Notaðu serrated hníf, skera hverja köku í 1-tommu bita, eins og sushi (um 12 sneiðar á köku). Snúið skurðhliðinni niður og toppið með ögn af þeyttum rjóma og lime sneið. Berið fram með heitri súkkulaðisósu til að dýfa í ef vill.

3.Ostur, Tater Tots og Bacon Sushi

HRÁEFNI:
BEIKON vefnaður:
- 1 pund af beikoni

TATER TOT FYLLING:
- Tater tots (forsoðnar samkvæmt leiðbeiningum á pakka)

SUSHI SAMSETNING:
- Beikonvefnaður
- Eldaðar tater totur
- Hrærð egg
- Jalapeños í sneiðum
- Rifinn ostur (cheddar eða valinn tegund)

LEIÐBEININGAR:
BEIKON vefnaður:
a) Forhitaðu ofninn þinn í 375°F (190°C).
b) Búðu til beikonvef með því að leggja ræmur af beikoni lárétt og lóðrétt, til skiptis til að mynda ferhyrnt mynstur.
c) Settu beikonvefið á bökunarplötu klædda bökunarpappír.
d) Bakið í forhituðum ofni í um 15-20 mínútur eða þar til beikonið er eldað en samt sveigjanlegt. Fylgstu með því til að koma í veg fyrir ofeldun.

TATER TOT FYLLING:
e) Eldið kökurnar samkvæmt leiðbeiningum á pakka þar til þær eru gullinbrúnar og stökkar.

SUSHI SAMSETNING:
f) Leggið beikonvefið á flatt yfirborð.
g) Settu lag af eggjahræru yfir beikonvefið.
h) Bætið línu af soðnum tater-tots meðfram miðju egganna.
i) Stráið rifnum osti yfir tatertoturnar.
j) Setjið sneiðar jalapeños ofan á ostinn.
k) Veltið beikonvefinu varlega upp og búið til sushi rúlluform. Þú gætir notað bambus sushi rúllogi mottu til að hjálpa við þetta ferli.
l) Festið rúlluna með tannstönglum ef þarf.
m) Skerið beikon sushi rúlluna í staka bita.
n) Berið fram sushi með beikonvefinu þínu með uppáhalds dýfingarsósunni þinni, eins og sterku majó eða bragðmikilli grillsósu.

4.Súkkulaði Tiramisu Sushi

HRÁEFNI:
SÚKKULAÐI CREPE "NORI" (ÞANG):
- 1 bolli alhliða hveiti
- 2 matskeiðar kakóduft
- 2 matskeiðar sykur
- Klípa af salti
- 1 1/2 bolli mjólk
- 2 stór egg
- 2 matskeiðar bráðið smjör
- Auka smjör til eldunar

TIRAMISU FYLLING:
- 1 bolli mascarpone ostur
- 1/2 bolli flórsykur
- 1 tsk vanilluþykkni
- 1 bolli þungur rjómi, þeyttur
- 1/2 bolli sterkt lagað kaffi, kælt
- 2 matskeiðar kaffilíkjör (má sleppa)
- Kakóduft til að rykhreinsa

SUSHI SAMSETNING:
- Súkkulaði crepes
- Tiramisu fylling
- Kakóduft til að rykhreinsa

LEIÐBEININGAR:
SÚKKULAÐI CREPE "NORI" (ÞANG):
a) Blogið saman hveiti, kakódufti, sykri, salti, mjólk, eggjum og bræddu smjöri í blogara. Blogið þar til slétt.
b) Hitið pönnu sem festist ekki við miðlungshita og bætið við litlu magni af smjöri.
c) Hellið þunnu lagi af deiginu í pönnuna og hrærið þannig að botninn hjúpur jafnt.
d) Eldið crepeið í um 1-2 mínútur á hvorri hlið, þar til það er stíft. Endurtaktu þar til allt deigið er notað.

TIRAMISU FYLLING:
e) Í skál, þeytið saman mascarpone osti, flórsykri og vanilluþykkni þar til það er slétt.
f) Blogið þeyttum rjómanum varlega saman við þar til hann hefur blogast vel saman.
g) Í grunnu fat, blogaðu bruggað kaffi og kaffilíkjör.
h) Dýfðu hverri súkkulaðikremi stuttlega í kaffiblönduna og tryggðu að hún sé húðuð en ekki of blaut.

SUSHI SAMSETNING:
i) Leggið súkkulaðikrem á flatt yfirborð.
j) Dreifið rausnarlegu lagi af tiramisu fyllingunni yfir crepeið.
k) Rúllaðu kreppunni varlega í bol eða strokka, sem líkist sushi rúlla.
l) Endurtaktu ferlið með afganginum af crepes og fyllingunni.
m) Settu rúllaða tiramisu sushiið í kæliskáp í að minnsta kosti 1-2 klukkustundir til að stífna.
n) Afgreiðsla:
o) Þegar það hefur verið kælt, skerið tiramisu sushiið í hæfilega bita.
p) Dustið ofan á hverja sneið með kakódufti til að klára.
q) Berið fram á disk og njótið súkkulaði Tiramisu Sushi!

5.Fyllt kalkúnarúlla með kartöflu Wasabi

HRÁEFNI:
FYRIR TYRKUNDARÚLLU:
- 1 beinlaus kalkúnabringa
- Salt og pipar eftir smekk
- Fylling að eigin vali (þú getur notað hefðbundna brauðfyllingu eða hvaða afbrigði sem þú vilt)
- Trönuberjasósa (heimagerð eða keypt í búð)

FYRIR Kartöflumúsina WASABI:
- 4 stórar kartöflur, skrældar og skornar í teninga
- 1/4 bolli ósaltað smjör
- 1/2 bolli mjólk
- Salt og pipar eftir smekk
- 2 matskeiðar wasabi-mauk (stilla eftir smekk)

LEIÐBEININGAR:
FYRIR TYRKUNDARÚLLU:
a) Forhitaðu ofninn þinn í 375°F (190°C).
b) Leggðu beinlausu kalkúnabringuna á hreint yfirborð. Kryddið með salti og pipar.
c) Dreifið fyllingunni jafnt yfir kalkúnabringuna.
d) Setjið lag af trönuberjasósu ofan á fyllinguna.
e) Rúllaðu kalkúnabringunni varlega í stokk og tryggðu að fyllingin og trönuberjasósan séu umlukin.
f) Festið rúlluna með eldhúsgarni.
g) Settu kalkúnarúlluna á bökunarplötu klædda bökunarpappír.
h) Steikið í forhituðum ofni í um það bil 25-30 mínútur á hvert pund, eða þar til innra hitastigið nær 165°F (74°C).
i) Leyfið kalkúnarúllunni að hvíla í nokkrar mínútur áður en hún er skorin í sneiðar.

FYRIR Kartöflumúsina WASABI:
j) Sjóðið skrældar og skornar kartöflur þar til þær eru meyrar.
k) Tæmið kartöflurnar og stappið þær með smjöri og mjólk þar til þær eru sléttar.
l) Hrærið wasabi-maukinu út í og stillið magnið að því kryddstigi sem þú vilt.
m) Kryddið kartöflumúsina með salti og pipar eftir smekk.

SAMSETNING:
n) Skerið kalkúnarúlluna í sneiðar.
o) Berið hverja sneið fram á beði af kartöflumús Wasabi „græna skítnum".

6.Banana sushi

HRÁEFNI:
- 2 stórir bananar
- 2-4 heilkorna tortillur eða nori blöð (þangblöð)
- 2-4 matskeiðar möndlusmjör eða hnetusmjör
- Hunang eða agavesíróp (valfrjálst, til að drekka)
- **ÁLEGG:** Chia fræ, rifin kókos, granóla, saxaðar hnetur eða dökkar súkkulaðiflögur (veldu uppáhalds)

LEIÐBEININGAR:
a) Afhýðið bananana og setjið til hliðar.
b) Ef þú notar tortillur skaltu hita þær aðeins til að gera þær sveigjanlegri.
c) Ef þú notar nori blöð geturðu notað þau eins og þau eru.
d) Leggðu tortillurnar eða nori blöðin á sléttan flöt.
e) Smyrjið þunnu lagi af möndlusmjöri eða hnetusmjöri yfir allt yfirborðið.
f) Settu skrældan banana nálægt brún tortilla eða nori laksins.
g) Veltið tortillu eða nori lakinu varlega utan um bananann þar til hann myndast þétt rúlla. Ef þú notar tortillur gætir þú þurft að festa brúnina með smá auka hnetusmjöri.
h) Notaðu beittan hníf til að skera bananafyllta tortillu eða nori rúlluna í hæfilega stóra bita sem líkjast sushi rúllum.
i) Stráið uppáhalds álegginu þínu yfir banana sushi rúllurnar. Þetta gæti falið í sér chiafræ, rifinn kókos, granóla, saxaðar hnetur eða dökkar súkkulaðiflögur.
j) Til að fá snert af sætleika, dreypið hunangi eða agavesírópi yfir.
k) Raðið bananasushinu á disk og berið fram strax.

7. Frushi með kókoshrísgrjónum

HRÁEFNI:
FYRIR KOKOSHÍN:
- 1 bolli sushi hrísgrjón
- 1 1/4 bollar kókosmjólk
- 2 matskeiðar sykur
- 1/2 tsk salt
- 2 matskeiðar hrísgrjónaedik

FYRIR FRUSHI:
- Nori (þang) blöð, skorin í þunnar ræmur (valfrjálst fyrir skreytingar)
- Jarðarber, afhýdd og skorin í sneiðar
- Kiwi, afhýtt og skorið í sneiðar
- Mogarínur, skrældar og sneiddar
- Hunang eða agavesíróp (til að drekka, valfrjálst)
- Sesamfræ (til skrauts, valfrjálst)

LEIÐBEININGAR:
FYRIR KOKOSHÍN:
a) Skolið sushi hrísgrjónin undir köldu vatni þar til vatnið rennur út.
b) Í hrísgrjónaeldavél eða á helluborðinu skaltu sameina sushi hrísgrjónin, kókosmjólkina, sykur og salt. Eldið samkvæmt leiðbeiningum á hrísgrjónahellu eða helluborði.
c) Þegar hrísgrjónin eru soðin, láttu þau kólna aðeins.
d) Blogið hrísgrjónaedikinu varlega saman við soðin hrísgrjón.

SAMSETNING FRUSHI:
e) Leggðu út bambus sushi rúllumottu og settu plastfilmu ofan á.
f) Settu nori ræma á plastfilmuna, ef þú notar.
g) Bleytið hendurnar örlítið til að koma í veg fyrir að þær festist og takið smá hogfylli af kókoshrísgrjónum. Dreifðu því jafnt yfir nori ræmuna og skildu eftir smá brún efst.
h) Raðið sneiðum af jarðarberjum, kiwi og mogarínum meðfram neðri brún hrísgrjónanna.
i) Rúllaðu Frushi varlega og notaðu bambusmottuna að leiðarljósi. Lokaðu brúninni með smá vatni ef þarf.
j) Endurtaktu ferlið með restinni af innihaldsefnum.
k) Þegar það hefur verið rúllað skaltu nota beittan hníf til að skera Frushi rúlluna í hæfilega stóra bita.
l) Raðið Frushi bitunum á disk.
m) Valfrjálst: Dreypið hunangi eða agavesírópi yfir fyrir sætleika og stráið sesamfræjum ofan á til skrauts.

8.Ramen Sushi

HRÁEFNI:
FYRIR RAMEN:
- 2 pakkar af instant ramen núðlum (fargið kryddpökkunum)
- Vatn til suðu
- 1 matskeið jurtaolía

FYRIR SUSHI HRÍSGRJÓNIN:
- 2 bollar sushi hrísgrjón
- 1/3 bolli hrísgrjónaedik
- 2 matskeiðar sykur
- 1 tsk salt

FYRIR FYLLINGU:
- Þunnt skorið grænmeti (gulrætur, agúrka, avókadó, papriku osfrv.)
- Soðið og sneið prótein að eigin vali (grillaður kjúklingur, rækjur eða tofu)

FYRIR SAMKOMUN:
- Nori (þang) blöð
- Sojasósa til að dýfa í
- Súrsalt engifer og wasabi til framreiðslu (valfrjálst)

LEIÐBEININGAR:
FYRIR RAMEN:
a) Eldið instant ramen núðlurnar samkvæmt leiðbeiningum á pakkanum. Tæmið og kastið með matskeið af jurtaolíu til að koma í veg fyrir að festist. Látið kólna.

FYRIR SUSHI HRÍSGRJÓNIN:
b) Skolið sushi hrísgrjón undir köldu vatni þar til vatnið rennur út.
c) Eldið hrísgrjónin samkvæmt leiðbeiningum á pakkanum.
d) Hitið hrísgrjónaedik, sykur og salt í litlum potti við lágan hita þar til sykurinn og saltið leysast upp. Látið kólna.
e) Þegar hrísgrjónin eru soðin, færðu þau yfir í stóra skál. Bætið edikblöndunni smám saman út í, blogið henni varlega saman við hrísgrjónin. Leyfðu hrísgrjónunum að kólna niður í stofuhita.

FYRIR SAMKOMUN:
f) Leggðu plastfilmu á bambus sushi rúllogi mottu. Settu blað af nori, með glansogi hlið niður, ofan á plastfilmuna.
g) Bleytið hendurnar til að koma í veg fyrir að þær festist og dreifið þunnu lagi af sushi-hrísgrjónum jafnt yfir noriið og skilið eftir smá brún efst.
h) Settu lítið magn af soðnum ramennúðlum meðfram neðri brún hrísgrjónanna.
i) Bætið að eigin vali af þunnar sneiðum grænmeti og próteini ofan á núðlurnar.
j) Notaðu bambusmottuna, rúllaðu sushiinu varlega og beittu léttum þrýstingi til að móta það í strokk.
k) Lokaðu brúninni með smá vatni.
l) Endurtaktu ferlið með restinni af innihaldsefnum.
m) Þegar það hefur verið rúllað skaltu nota beittan hníf til að skera ramen sushi rúlluna í hæfilega stóra bita.
n) Berið fram ramen-sushiið með sojasósu til að dýfa í og, ef vill, súrsuðum engifer og wasabi til hliðar.

9.Þurrkuð skinka með Cantaloupe Sushi

HRÁEFNI:
- Saxinn sneiðar í þunnar sneiðar
- Þroskuð kantalópa, afhýdd, fræhreinsuð og skorin í litla teninga
- Fersk basilíkublöð
- Balsamic gljáa (valfrjálst, til að drekka)
- Tannstönglar eða litlir teini

LEIÐBEININGAR:
a) Taktu sneið af Þurrkuð skinka og leggðu hana flatt á hreint yfirborð.
b) Settu lítinn tening af kantalópu í annan endann á Þurrkuð skinka sneiðinni.
c) Bætið fersku basilíkublaði ofan á kantalópuna.
d) Rúllaðu Þurrkuð skinka þétt utan um kantalópuna og basilíkuna og búðu til litla sushi-líka rúlla.
e) Festið rúlluna með tannstöngli eða litlum teini.
f) Endurtaktu ferlið með afganginum af Þurrkuð skinka sneiðum, kantalúpu teningum og basilíkublöðum.
g) Valfrjálst: Þeytið salti-vafðar kantalóprúllur með balsamikgljáa fyrir aukið bragð.
h) Raðið Þurrkuð skinka með cantaloupe sushi rúllum á framreiðslufati.
i) Berið fram strax og njóttu þessa ljúffenga og glæsilega forrétt!

10. Hrekkjavaka Poga Sushi

HRÁEFNI:
FYRIR SUSHI HRÍSGRJÓNIN:
- 2 bollar sushi hrísgrjón
- 1/3 bolli hrísgrjónaedik
- 2 matskeiðar sykur
- 1 tsk salt

FYRIR FYLLINGU:
- Eldaður og kryddaður krabbi eða eftirlíkingarkrabbi (fyrir líkamann)
- Avókadó sneiðar (fyrir augu og eyru)
- Nori (þang) blöð
- Sojasósa og wasabi til framreiðslu

LEIÐBEININGAR:
FYRIR SUSHI HRÍSGRJÓNIN:
a) Skolið sushi hrísgrjón undir köldu vatni þar til vatnið rennur út.
b) Eldið hrísgrjónin samkvæmt leiðbeiningum á pakkanum.
c) Hitið hrísgrjónaedik, sykur og salt í litlum potti við lágan hita þar til sykurinn og saltið leysast upp. Látið kólna.
d) Þegar hrísgrjónin eru soðin, færðu þau yfir í stóra skál. Bætið edikblöndunni smám saman út í, blogið henni varlega saman við hrísgrjónin. Leyfðu hrísgrjónunum að kólna niður í stofuhita.

FYRIR POGA SUSHI:
e) Taktu hluta af sushi-hrísgrjónum og mótaðu úr þeim sporöskjulaga eða ávöl ferhyrning fyrir líkama pöndunnar.
f) Skerið nori blöð í litla hringi fyrir augun og minni hringi fyrir eyrun.
g) Settu nori-hringina á hrísgrjónin til að búa til augun.
h) Settu avókadósneiðar fyrir ofan augun til að búa til eyru pöndunnar.
i) Skerið fleiri nori ræmur til að búa til oglitseinkenni (nef og munn) og setjið þær á hrísgrjónin.
j) Skerið þunnar ræmur af nori til að vefja um líkamann og búðu til hogleggi og fætur pöndunnar.
k) Fyrir hátíðlega hrekkjavökusnertingu, notaðu litla bita af nori til að búa til hræðilegan svip á oglit pöndunnar.
l) Notaðu valfrjálst eldaðan og kryddaðan krabba eða eftirlíkingu af krabba til að búa til fyllingu fyrir líkama pöndunnar.
m) Endurtaktu ferlið til að búa til mörg poga sushi.
n) Berið poga-sushiið fram með sojasósu og wasabi til að dýfa í.

11. PB&J Samloka Sushi

HRÁEFNI:
- 2 brauðsneiðar (hvítt, hveiti eða að eigin vali)
- Hnetusmjör
- Hlaup eða sulta að eigin vali (vínber, jarðarber osfrv.)
- Valfrjálst: Niðurskornir bananar eða jarðarber fyrir aukið bragð og áferð

LEIÐBEININGAR:
a) Skerið skorpurnar af brauðsneiðunum.
b) Notaðu kökukefli til að fletja út brauðsneiðarnar.
c) Dreifið lagi af hnetusmjöri jafnt yfir aðra hliðina á útlaga brauðinu.
d) Smyrjið lagi af hlaupi eða sultu ofan á hnetusmjörið.
e) Ef þess er óskað, bætið sneiðum bönunum eða jarðarberjum meðfram annarri brún brauðsins.
f) Rúllaðu brauðinu varlega í þéttan bita, byrjaðu frá brúninni með hnetusmjörinu og hlaupinu.
g) Gakktu úr skugga um að rúllan sé þétt en ekki of þétt til að forðast að kreista hráefnin.
h) Notaðu beittan hníf til að skera rúlluðu samlokuna í hæfilega stóra bita sem líkjast sushi rúllum.
i) Raðið PB&J sushi rúllunum á disk og berið fram strax.
j) Valfrjálst: Þú getur orðið skapogi með viðbótaráleggi eins og saxaðar hnetur, kókosflögur eða hunangsskreytingu fyrir aukið bragð.

12. PylsaSushi

HRÁEFNI:
- Pylsur
- Sushi hrísgrjón
- Nori (þang) blöð
- Sojasósa, til að dýfa í
- Valfrjálst **ÁLEGG:** Súrum gúrkum, sinnepi, tómatsósu, súrkáli eða öðru pylsuáleggi sem þú vilt

LEIÐBEININGAR:
UNDIRBÚNINGUR PYLSUNA:
a) Forhitaðu grillið þitt eða eldavélargrillpönnu.
b) Grillið pylsurnar þar til þær eru fulleldaðar og þær hafa góð grillmerki.
c) Skerið grilluðu pylsurnar í tvennt eftir endilöngu og búðu til tvær langar lengjur.
d) Undirbúningur **SUSHI HRÍSGRJÓNA:**
e) Skolið sushi hrísgrjón undir köldu vatni þar til vatnið rennur út.
f) Eldið hrísgrjónin samkvæmt leiðbeiningum á pakkanum.
g) Blogið saman hrísgrjónaediki, sykri og salti í litlum potti. Hitið við vægan hita þar til sykurinn og saltið leysast upp.
h) Þegar hrísgrjónin eru soðin, færðu þau yfir í stóra skál. Bætið edikblöndunni smám saman út í, blogið henni varlega saman við hrísgrjónin. Leyfðu hrísgrjónunum að kólna niður í stofuhita.

SAMSETNING PEYSU SUSHI:
i) Settu plastfilmu á bambus sushi rúllogi mottu.
j) Leggðu blað af nori á plastfilmuna, með glansogi hlið niður.
k) Bleytið hendurnar til að koma í veg fyrir að þær festist og dreifið þunnu lagi af sushi-hrísgrjónum yfir noriið og skilið eftir litla brún efst.
l) Settu rönd af grilluðum pylsu meðfram neðri brún hrísgrjónanna.
m) Bættu við hvaða áleggi sem þú vilt, eins og súrum gúrkum, sinnepi, tómatsósu eða súrkáli.
n) Notaðu bambusmottuna, rúllaðu sushiinu varlega og beittu léttum þrýstingi til að móta það í strokk.
o) Lokaðu brúninni með smá vatni.
p) Endurtaktu ferlið með restinni af innihaldsefnum.
q) Þegar það hefur verið rúllað skaltu nota beittan hníf til að skera pylsu sushi rúlluna í hæfilega stóra bita.
r) Raðið pylsusushíinu á framreiðsludisk.
s) Berið fram með sojasósu til ídýfingar.

13. Beikon sushi

HRÁEFNI:
- 1/4 bolli ostur
- 1 paprika
- 30 tater totur
- 10 beikonræmur
- 1 egg

LEIÐBEININGAR:
a) Búðu til beikonvef með því að nota 5 lengjur eftir endilöngu og 5 ræmur á breidd.
b) Blogið eggi saman við töturnar og stappið þær saman.
c) Skerið paprikuna í sneiðar.
d) Dreifið maukuðu totblöndunni yfir beikonvefið og skilið eftir beikonrönd efst. Stráið cheddar osti yfir og bætið þunnum sneiðum af papriku yfir.
e) Rúllaðu beikoninu upp.
f) Festið rúlluna með tannstönglum og bakið við 350°F í 35 mínútur.
g) Leyfið því að kólna áður en það er skorið varlega í rúllur.

14. Vöfflu morgunmatur Sushi

HRÁEFNI:
- 1/2 sneið ananas
- 1 sneið rauð pera
- 6 sneið jarðarber
- 1 sneið mangó
- 1 sneið banani
- 2 bollar vöfflubloga
- 1 1/3 bolli mjólk
- 2 matskeiðar jurtaolía
- 1 egg
- 1/4 sykur
- 6 oz þeyttur rjómaostur
- hlynsíróp
- Matreiðslusprey
- sætabrauð, sætt, rjóma, kaka, baka, sulta

LEIÐBEININGAR:
a) Skerið ávextina í löng, þunn form svo þeir passi vel í rúlluna.
b) Blogið saman vöfflublöndu, mjólk, eggjum, jurtaolíu og sykri í meðalstórri skál.
c) Sprautaðu vöfflujárnið þitt með matreiðsluúða eftir að það er búið að forhita. Setjið vöfflublönduna út í smá í einu, passið að fylla ekki of mikið járnið.
d) Eldið vöffluna í 5 mínútur, eða þar til hún verður mjúk og loftkennd, eða á annan hátt eins og þú vilt.
e) Notaðu kökukefli til að rúlla vöfflunum flatar, passaðu að rúlla ekki of mikið.
f) Smyrjið þeyttum rjómaosti á hverja vöfflu þar til þú færð jafnt lag yfir.
g) Bættu ávöxtum að eigin vali ofan á í röðum, haltu þeim þétt saman. Byrjið á þeirri hlið sem er mest fylling, veltið vöfflunni inn í sjálfa sig, passið að hafa fyllinguna og rjómaostinn að innan.
h) Skerið rúlluna í sneiðar.
i) Berið fram vöfflusushi með hlið af hlynsírópi til að dýfa í.

15. Einhyrningur Sushi kleinuhringir

HRÁEFNI:
SUSHI HRÍSGRJÓN:
- 1 bolli sushi hrísgrjón
- 1 1/2 bollar vatn
- 1 matskeið hrísgrjónaedik
- 1 matskeið sykur
- 1/2 matskeið salt

EINHYRNINGUR SUSHI RÍS:
- 1 1/2 bolli sushi hrísgrjón, skipt í 3 skálar
- 1 msk rófusúrkálssafi eða rófusafi
- 1/2-1 matskeið E3 Live (eða 1/3 tsk spirulina)
- 1/2 tsk túrmerik

ÁLEGG:
- 1/2–1 avókadó, skorið í þunnar sneiðar
- 2 matskeiðar chipotle mayo (keypt eða olíulaus uppskrift hér að neðan)
- Sesamfræ, til að skreyta + annað álegg að eigin vali

OLÍULAUSUR CHIPOTLE „MAYO":
- 1/2 bolli vatn
- 1/2 bolli hráar kasjúhnetur, lagðar í bleyti yfir nótt
- 2 msk adobo sósa, úr dósinni af chipotle papriku í adobo
- 2 matskeiðar tómatmauk
- 2 tsk sítrónusafi
- 1/4 tsk salt + meira eftir smekk

VIÐBÓTARÁFÆR:
- 1/2-1 matskeið avókadó, skorið í þunnar sneiðar
- 2 matskeiðar chipotle mayo (keypt eða olíulaus uppskrift hér að neðan)
- 1 matskeið sesamfræ, til að skreyta
- 1 matskeið + annað álegg að eigin vali

TIL AÐ BREJA (VALFRJÁLST):
- Sojasósa og nori ferningur

LEIÐBEININGAR:
SUSHI HRÍSGRJÓN:
a) Skolið sushi hrísgrjónin í fínu sigti þar til vatnið er tært, ca 2-3 sinnum. Settu hrísgrjónin í hrísgrjónapott eða miðlungs pott með vatninu og leyfðu því að liggja í bleyti í 30 mínútur.

b) Bætið hrísgrjónum í hrísgrjónahellu eða helluborð. Til að elda hrísgrjónahelluborð: látið sjóða í bleyti, hyljið síðan með loki og látið malla í 20 mínútur. Þegar það er eldað í annaðhvort pottinum eða hrísgrjónapottinum, takið þá af hitanum (með loki á!) og látið stoga undir loki í 10 mínútur.

c) Blogið saman hrísgrjónaediki, sykri og salti á lítilli pönnu við meðalhita og eldið þar til sykurinn hefur bráðnað en ekki sýður. Hellið edikblöndunni yfir hrísgrjónin og blogið saman. Kælið í stofuhita áður en það er borið fram.

EINHYRNINGUR SUSHI kleinuhringir:
d) Skiptu sushi hrísgrjónunum jafnt á milli 3 skála (1/2 bolli hver), dreift síðan túrmerikinu, rófusafanum og E3 Live (1 í hverri skál). Brjótið saman þar til það hefur blogast jafnt saman, reyndu að bloga ekki hrísgrjónunum.

e) Skiptið köldu sushi hrísgrjónunum af hogahófi á kleinuhringjabakkann, passið að hylja ekki miðjugatið á pönnunni. Þrýstu hrísgrjónunum niður svo þau verði þétt, snúðu síðan pönnunni á hvolf til að fjarlægja hrísgrjónahringana varlega. Þú gætir þurft að losa hrísgrjónin með skeið áður en þau eru fjarlægð.

f) Skreyttu sushi kleinuhringjurnar með avókadóinu, chipotle mayo (uppskrift hér að neðan) og svörtum sesamfræjum að vild, berið svo fram með sojasósu og blað af nori (valfrjálst).

CHIPOTLE MAYO:
g) Setjið kasjúhneturnar og vatnið úr þeim í blogara og blogið á miðlungs í um það bil 30 sekúndur, hækkið síðan upp í hátt. Blogið þar til sósan er ekki lengur kornótt á milli fingranna.

h) Bætið við chipotle adobo sósunni og restinni af sósunni Hráefni.

i) Blogið þar til það er blogað saman, bætið síðan salti eftir smekk.

16.Fylltar gúrku sushi rúllur

HRÁEFNI:
SUSHI:
- 2 gúrkur
- 1 bolli ósoðin sushi hrísgrjón (210 g)
- 1/2 fast avókadó, skorið í sneiðar
- 1/4 rauð paprika, skorin í sneiðar
- 1/4 appelsínugul paprika, skorin í sneiðar
- Valfrjálsar viðbætur: gulrætur skornar í júlí, rauðkál, spíra, tófú eða laukur

SPICY MAYO:
- 3 matskeiðar majónesi (45 g)
- 1 matskeið sriracha (15 g)

LEIÐBEININGAR:
a) Eldið hrísgrjón samkvæmt leiðbeiningum á pakkningunni.
b) Skerið hverja gúrku í tvennt og fjarlægið fræ með annaðhvort lítilli skeið eða hníf til að búa til langt, holt rör.
c) Að ausa innan úr gúrku.
d) Setjið lítið magn af hrísgrjónum út með skeið, þjappið síðan í átt að annarri hlið túpunnar með litlum hníf.
e) Setjið sneið af avókadó og nokkrum piparsneiðum í, bætið síðan við fleiri hrísgrjónum til að fylla í eyður, þjappið saman og bætið við fleiri hrísgrjónum þar til þau eru full.
f) Að fylla gúrku með hrísgrjónum og gulrótum.
g) Skerið gúrkuna í 1/2 tommu þykka bita með beittum hníf. Ef þú byrjar að taka eftir því að fyllingin er laus þegar þú skorar skaltu setja fleiri hrísgrjón og papriku í þar sem þörf er á.
h) Berið fram með uppáhalds sushi meðlætinu þínu, eins og sterku majó, sojasósu, súrsuðu engifer og wasabi.

17.Ostborgara sushi

HRÁEFNI:
- 3 hamborgarabollur
- 8 oz flanksteik
- 1 ostsneið
- 1/2 laukur
- 4 oz höfuð af salati
- 1 heill tómatur
- 3 oz tómatsósa
- 3 oz sinnep

LEIÐBEININGAR:
a) Eldið flanksteikina þar til hún er tilbúin að vild.
b) Flettu út hamborgarabollur ofan á sushimottu og búðu til rétthyrning.
c) Settu hliðarsteikina, ostinn, laukinn, salatið og tómatana (eða áleggið sem þú vilt) á aðra hliðina á mottunni og rúllaðu síðan.
d) Skerið það í sneiðar til að búa til litlar rúllur, njóttu svo með tómatsósu og sinnepi.

18.Banana Nutella Eftirrétt Sushi

HRÁEFNI:
- 2 bananar
- 2 crêpes
- 2-3 matskeiðar Nutella

LEIÐBEININGAR:
a) Hitið crêpe á pönnu við meðalhita í um 45 sekúndur á hvorri hlið. Þú getur notað crêpes sem þú keyptir í búð eða búið til þína eigin svona.
b) Leggið kreppuna á sléttan flöt og smyrjið ríkulega með Nutella. Gakktu úr skugga um að skilja eftir 1/2 tommu ramma alla leið í kringum crêpe.
c) Afhýðið banana og setjið hann á 1/4 af crêpeinu, byrjið svo að rúlla crepeinu lokað.
d) Skerið rúlluna í 6-8 bita með beittum hníf.
e) Settu rúllurnar á disk og njóttu dýrindis Banana Nutella Eftirrétt Sushi!

19.Banani Pistasíu Sushi

HRÁEFNI:
- 2 bananar
- 70 g hágæða 72% dökkt súkkulaði, brætt
- 100 g ristaðar pistasíuhnetur, smátt saxaðar

LEIÐBEININGAR:

a) Afhýðið bananana og stingið tannstöngli í báða enda svo auðveldara sé að halda þeim á meðan þeir eru þaktir súkkulaði.

b) Hyljið bananana með bræddu súkkulaði, stráið síðan söxuðum pistasíuhnetum yfir.

c) Setjið þær í frysti í nokkrar mínútur til að súkkulaðið geti stífnað.

d) Þegar súkkulaðið er orðið nógu hart, skerið bananana í hæfilega stóra sushi bita með beittum hníf.

e) Berið fram eitt og sér eða með aukabræddu súkkulaði til að dýfa í. Njóttu!

20.Sushi nammi

HRÁEFNI:
- 1 Rice Krispie nammi
- 1 Fruit Rúlla-Up
- 4-5 sænskir fiskar
- 4-5 gúmmíormar

LEIÐBEININGAR:
a) Skerið Rice Krispie nammið í fjóra bita.
b) Settu einn sænskan fisk ofan á Rice Krispie dekið.
c) Rífðu Fruit Rúlla-Up í þunnar ræmur.
d) Vefjið ávaxtarúlluræmu utan um Rice Krispie dekið og sænskan fisk.
e) Til að fá afbrigði, reyndu að skipta út sænskum fiski fyrir gúmmíorma.

21. Súkkulaði bananarúlla

HRÁEFNI:
- 2 þroskaðir bananar
- 1 bolli súkkulaði heslihnetuálegg
- 1 bolli stökkt hrísgrjónakorn
- 4 blöð af hrísgrjónapappír

LEIÐBEININGAR:
a) Afhýðið og skerið bananana eftir endilöngu.
b) Dreifið súkkulaðiheslihnetuáleggi á hverja hrísgrjónapappírsörku.
c) Setjið bananasneiðar á annan brún hrísgrjónapappírsins.
d) Stráið stökku hrísgrjónakorni yfir banana.
e) Rúllaðu hrísgrjónapappírnum þétt, svipað og sushi rúlla.
f) Skerið í stóra bita og berið fram.

22.Karamellu epla sushi

HRÁEFNI:
- 2 epli, þunnar sneiðar
- Karamellusósa
- 1 bolli granóla
- 4 tortillur

LEIÐBEININGAR:
a) Leggðu tortillu flata og dreifðu lagi af karamellusósu yfir.
b) Setjið eplasneiðar jafnt á tortilluna.
c) Stráið granóla yfir eplin.
d) Rúllaðu tortillunni vel og skerðu í sushi-stóra bita.
e) Dreypið karamellusósu yfir ef vill.

23.Matcha Grænt te crepeSushi

HRÁEFNI:
- 1 bolli alhliða hveiti
- 2 egg
- 1 bolli mjólk
- 1 matskeið sykur
- 1 tsk matcha duft
- Sætt rauð baunamauk
- Kiwi eða aðrir ávextir í sneiðar

LEIÐBEININGAR:
a) Í skál, þeytið saman hveiti, egg, mjólk, sykur og matcha duft til að búa til crepe deig.
b) Eldið þunnt crepes á pönnu.
c) Smyrðu sætu rauðu baunamauki á hverja crepe.
d) Setjið sneiða ávexti meðfram annarri brúninni og rúllið crepeinu.
e) Skerið í sushi-stóra bita og berið fram.

24.BláberjasælaMochi Sushi

HRÁEFNI:
- 1 bolli glutinous hrísgrjónamjöl
- 1/4 bolli sykur
- 1 bolli bláber
- Sætt þétt mjólk
- Mochi umbúðir eða nori ræmur

LEIÐBEININGAR:

a) Blogið hrísgrjónamjöli og sykri saman við og látið gufa þar til það myndast klístrað deig.

b) Fletjið mochi deigið út og setjið nokkur bláber í miðjuna.

c) Brjótið saman og mótið í litla sushi-líka ferhyrninga.

d) Dreypið sætri þéttri mjólk yfir áður en hún er borin fram.

25.Sítrónu bláberSushi Rúllur

HRÁEFNI:
- 2 bollar soðin sushi hrísgrjón
- Börkur af 1 sítrónu
- 1 bolli bláber
- Rjómaostur
- Nori blöð

LEIÐBEININGAR:
a) Blogið sítrónuberki út í soðin sushi hrísgrjón.
b) Smyrjið þunnu lagi af rjómaosti á nori blöð.
c) Setjið sushi hrísgrjón og bláber á rjómaosthliðina.
d) Rúllið þétt og skerið í bita.

26.Ávaxtapönnukaka Sushi með kotasælu

Hráefni:
FYRIR pönnukökur:
- 1 bolli alhliða hveiti
- 2 matskeiðar sykur
- 1 tsk lyftiduft
- 1/2 tsk matarsódi
- 1/4 tsk salt
- 1 bolli súrmjólk
- 1 stórt egg
- 2 matskeiðar ósaltað smjör, brætt
- Matreiðslusprey eða auka smjör til eldunar

TIL FYLLINGAR:
- Kotasæla
- Margs konar ávextir (jarðarber, kiwi, mangó o.s.frv.), þunnar sneiðar

VALFRÆTT ÁFLAÐ:
- Hunang
- Saxaðar hnetur (eins og möndlur eða pistasíuhnetur)
- Myntublöð til skrauts

LEIÐBEININGAR:
a) Í stórri skál, þeytið saman hveiti, sykur, lyftiduft, matarsóda og salt.
b) Hrærið saman súrmjólk, eggi og bræddu smjöri í sérstakri skál.
c) Hellið blautu hráefnunum í þurrefnin og hrærið þar til það hefur blogast saman. Gætið þess að bloga ekki of mikið; nokkrir kekkir eru í lagi.
d) Hitið pönnu eða pönnu sem festist ekki við meðalhita. Húðaðu það létt með matreiðsluúða eða smjöri.
e) Hellið 1/4 bolla af deigi á pönnu fyrir hverja pönnuköku. Eldið þar til loftbólur myndast á yfirborðinu, snúið síðan við og eldið hina hliðina þar til þær eru gullinbrúnar. Endurtaktu þar til allar pönnukökur eru eldaðar.

SAMLAÐU ÁvaxtaSUSHI RÚLLUNUM:
f) Þegar pönnukökurnar eru orðnar nógu köldar til að hægt sé að höndla þær, dreifið lag af kotasælu yfir hverja pönnuköku.
g) Settu þunnar sneiðar af ýmsum ávöxtum meðfram annarri brún pönnukökunnar.
h) Veltið pönnukökunni varlega yfir ávextina og búið til sushi rúlla. Gakktu úr skugga um að hún sé þétt en blíð til að forðast að brjóta pönnukökuna.
i) Notaðu beittan hníf til að skera pönnukökurúlluna í hæfilega stóra bita sem líkjast sushirúllum.

VALFRÆTT ÁFLAÐ:
j) Dreypið hunangi yfir ávaxta sushi rúllurnar.
k) Stráið söxuðum hnetum yfir fyrir aukið marr og bragð.
l) Skreytið með myntulaufum fyrir ferskan blæ.
m) Raðið ávaxta sushi rúllunum á disk og berið fram strax. Njóttu þessa einstaka og ljúffenga ívafi á sushi!

27. Sushi með brasilískum hnetum

Hráefni:
- 6 nori blöð, skorin í breiðar ræmur
- ⅜ bolli Brasilíuhnetur
- 1 avókadó
- 1 lítill bolli súrkál

LEIÐBEININGAR:
a) Saxið hneturnar gróft og skerið avókadóið í teninga.
b) Blogið saman við súrkálið.
c) Setjið blönduna í nori ræmur og blogið saman.

FREMOGI SUSHI RÚLLUR

28.Wagyu nautakjöt sushi rúllur

HRÁEFNI:
- 1 pund Wagyu nautakjöt, þunnt sneið
- 1 agúrka, skorin í sneiðar
- Sushi hrísgrjón, 2 bollar
- Nori, 4 blöð
- 2 rauðlaukar, skornir í sneiðar

AÐ ÞJÓNA
- Soja sósa
- Wasabi

LEIÐBEININGAR:
a) Sushi hrísgrjón ætti að útbúa eins og leiðbeiningar eru á umbúðunum.
b) Leggðu nori lak á sushimottu og hyldu það með hrísgrjónum.
c) Ofan á hrísgrjónin skaltu raða þunnt sneiðum Wagyu nautakjöti, gúrku og lauk.
d) Skerið sushiið í sneiðar eftir að hafa rúllað því vel.
e) Wasabi og sojasósa eru ókeypis.

29. Uni og Tobiko sushi rúllur

HRÁEFNI:
- 4 blöð af nori þangi
- 2 bollar vatn
- Sushi hrísgrjón, 2 bollar
- 1 tsk salt
- ¼ bolli hrísgrjónaedik
- Sykur, 1 matskeið
- ½ bolli Tobiko
- ½ bolli Uni/ Sea Urchin
- 1 avókadó, skorið í sneiðar
- 1 agúrka, skorin í sneiðar

AÐ ÞJÓNA
- Súrsett engifer
- Soja sósa
- Wasabi

LEIÐBEININGAR:
a) Skolið sushi hrísgrjónin í fínmöskju sigti þar til vatnið rennur tært. Hitið hrísgrjónin og vatnið að suðu í meðalstórum potti. Lækkið hitann í lágan og hyljið með þéttu loki eftir að það byrjar að sjóða. Eldið í 15 mínútur, takið síðan af hellunni og setjið til hliðar í 10 mínútur, þakið.

b) Búðu til sushi edikið á meðan hrísgrjónin eru soðin með því að bloga saman hrísgrjónaediki, sykri og salti í litlum potti við lágan hita. Eldið þar til sykurinn og saltið er bráðnað, hrærið reglulega. Sett til hliðar til að kólna.

c) Þegar hrísgrjónin eru búin að elda skaltu setja þau í stóra blöndunarskál og láta þau stoga í nokkrar mínútur til að kólna. Hellið sushi-ediki yfir hrísgrjónin og blogið því varlega saman við.

d) Settu blað af nori, með glansogi hlið niður, á bambus sushi mottu. Hyljið nori með þunnu lagi af sushi hrísgrjónum, skilið eftir 1 tommu ramma á efri brúninni.

e) Settu avókadó, gúrku, Tobiko og Uni ofan á hrísgrjónin. Rúllaðu sushiinu vel, með aðstoð mottunnar. Til að auðvelda viðloðun skaltu bleyta efri kantinn á nori létt.

f) Endurtaktu með restinni af hráefnunum til að búa til fjórar sushi rúllur.

g) Berið fram sushi rúllurnar í 8 bitum með sojasósu, wasabi og súrsuðu engifer.

30.Hamagari Samloka Sushi

HRÁEFNI:
- 10 Hamagari samloka, afhúðuð
- 200 ml Sake
- 40 ml edik
- 20 grömm sykur
- 3 matskeiðar sojasósa
- 4 matskeiðar sykur
- 40 ml Mirin
- 700 grömm af nýsoðnum hrísgrjónum
- ⅔ teskeiðar Salt

LEIÐBEININGAR:

a) Nuddaðu samlokuskeljarnar saman á meðan þær eru þvegnar undir rennogi vatni til að fjarlægja slímuga hluta.

b) Látið suðuna koma upp á sérstakri pönnu eftir að samlokurnar hafa verið soðnar. Lokið með loki og látið skelfiskinn gufa í 3-4 mínútur áður en hann er tekinn úr ílátinu. Vökvanum af pönnunni má geyma og nota síðar.

c) Opnaðu skeljarnar með því að stinga hníf í þær. Fjarlægðu kjötið með varúð til að forðast að slasa það.

d) Stilltu ástog kjötsins og fiðriðu kjötið frá fætinum með blaðinu.

e) Blogið "A" hráefnunum saman á pönnu með afganginum af samlokusafanum úr skrefi 2 og látið sjóða við lágan hita þar til sósan þykknar.

f) Í tréíláti skaltu sameina hrísgrjónin og "B" íhlutina. Setjið "B" hráefnin inn á meðan hrísgrjónin eru vökvuð.

g) Notaðu hendurnar og edikblönduna til að móta sushi hrísgrjónin í nigiri sushi. Endið á því að pensla sósunni yfir samlokukjötið og móta það í fallegt form.

31. Humar sushi rúllur

HRÁEFNI:
- Sushi hrísgrjón, 2 bollar
- 1 avókadó, skorið í sneiðar
- ¼ bolli majónesi
- Nori, 4 blöð
- 1 pund soðið humarkjöt, saxað
- 1 agúrka, skorin í sneiðar

AÐ ÞJÓNA
- súrsuðu engifer
- soja sósa

LEIÐBEININGAR:

a) Fylgdu leiðbeiningunum á pakkanum á meðan þú útbýr sushi hrísgrjónin.
b) Majónesi ætti að bloga saman við soðið humarkjöt.
c) Leggðu nori lak á sushimottu og svo lag af hrísgrjónum.
d) Dreifið humarblöndunni, avókadósneiðunum og gúrkusneiðunum ofan á hrísgrjónin.
e) Skerið þétt rúllað sushi í sneiðar eftir veltingu.
f) Berið fram með súrsuðu engifer og sojasósu.

32. Daikon Radísa og Omelettur Sushi

HRÁEFNI:
FYRIR SOÐAÐA ÞURKAÐA DAIKON RADISU
- 1 únsa þurrkuð daikon radísa, lögð í bleyti og skorin í langar ræmur
- ⅔ bolli dashi súpukraftur
- 3 matskeiðar sojasósa
- Sykur, 2 matskeiðar
- 1 matskeið mirin

FYRIR EGGAOMETTU
- 2 egg
- 2 tsk sykur
- Canola olía

FYRIR FUTOMAKI RÚLLUR
- 4 blöð af nori
- 6 bollar tilbúin sushi hrísgrjón
- 1 lítil agúrka, snyrt og skorin eftir endilöngu

LEIÐBEININGAR:
a) Blogið saman dashi súpukrafti, sojasósu, sykri og mirin í meðalstóran pott.
b) Látið suðu koma upp í meðalstórum potti.
c) Bætið kanpyo við og eldið við lágan hita þar til næstum allur vökvinn er horfinn. Kældu það af.

FYRIR TAMAGOYAKI
d) Þeytið egg og sykur í lítilli skál.
e) Hitið rapsolíu í lítilli pönnu og leggið áherslu á að hylja réttinn. Gerðu þunnt lag með því að bloga eggjablöndunni saman við.
f) Eftir það er eggjaeggjakökunni brotið saman eða hægt að rúlla í þykka rúllu.
g) Takið það af pönnunni og látið kólna. Gerðu langa prik úr því.
h) Hyljið bambusmottuna með plastfilmu.

FYRIR FUTOMAKI SUSHI RÚLLUNUM
i) Á bambusmottuna skaltu setja ríflega lak af ristuðu, þurrkuðu þangi yfir plastfilmuna.
j) Leggið fjórðung bolla af sushi hrísgrjónum jafnt yfir þurrkað þangið.
k) Raðið gúrkustangunum, eggjakökunni og kanpyo lárétt ofan á hrísgrjónin í miðjunni. Sushiið á að mynda sívalning með því að rúlla bambusmottunni upp og þrýsta fram.
l) Fjarlægðu bambusmottuna af sushiinu með því að beita þéttri pressu.
m) Skerið rúllað Futomaki sushi í bita sem eru nógu smáir til að borða.
n) Skerið sushi rúlluna í hæfilega stóra bita með beittum, blautum hníf.
o) Berið sushiið fram með wasabi og sojasósu á fati.

33.Reyktur lax og rjómaostur sushi rúlla

HRÁEFNI:

- 1 pund reyktur lax, skorinn í sneiðar
- 4 aura af rjómaosti
- Sushi hrísgrjón, 2 bollar
- Nori, 4 blöð
- 1 agúrka, skorin í sneiðar

AÐ ÞJÓNA

- Soja sósa
- Wasabi

LEIÐBEININGAR:

a) Eldið sushi hrísgrjónin samkvæmt leiðbeiningum á pakka.
b) Smyrjið þunnu lagi af rjómaosti á nori blaðið.
c) Leggið reyktan lax og gúrku ofan á rjómaostinn.
d) Rúllaðu sushiinu vel og skerðu það í hæfilega bita.
e) Berið fram með wasabi og sojasósu.

34. Túnfiskur og mangó sushi rúlla

HRÁEFNI:
- 1 pund ferskur túnfiskur, skorinn í sneiðar
- Nori, 4 blöð
- 1 þroskað mangó, skorið í sneiðar
- Sushi hrísgrjón, 2 bollar

AÐ ÞJÓNA
- Soja sósa
- Wasabi

LEIÐBEININGAR:
a) Eldið sushi hrísgrjónin samkvæmt leiðbeiningum á pakka.
b) Dreifið hrísgrjónunum ofan á nori lak á sushimottu.
c) Leggið túnfisk og mangó sneiðar ofan á hrísgrjónin.
d) Rúllaðu sushiinu vel og skerðu það í hæfilega bita.
e) Berið fram með wasabi og sojasósu.

35. Kryddaður Shiitake sveppirúlla

HRÁEFNI:

- 1 bolli sushi hrísgrjón, soðin
- 1 matskeið hrísgrjónaedik
- 1 bolli maíssterkju
- grænmetisolía
- Sykur, 1 matskeið
- ½ msk salt
- 7 stórir þurrkaðir shiitake sveppir, lagðir í bleyti í heitu vatni, tæmdir og skornir í strimla
- 2 tsk Ener-G, blogað saman við 5 msk vatn
- 2 nori blöð
- 2 matskeiðar sriracha, blogað saman við 1-2 matskeiðar Vegenaise

SKREYTA
- mulin rauð paprika

AÐ ÞJÓNA
- súrsuðu engifer
- soja sósa

LEIÐBEININGAR:

a) Blogið saman soðnu hrísgrjónunum, hrísgrjónaediki, sykri og salti í stóra glerskál og hitið í örbylgjuofn í 10-15 sekúndur.
b) Blogið voglega saman og setjið til hliðar.
c) Hitið nægilega olíu í litlum potti yfir miðlungsháum hita.
d) Þegar olían er tilbúin skaltu dýfa nokkrum sveppasneiðum í Ener-G blönduna áður en þær eru þaknar maíssterkju.
e) Eftir 2 mínútur í olíunni, tæmdu.
f) Settu blað af nori á sushimottu.
g) Berið samræmt lag af hrísgrjónum á blaðið.
h) Skiptu hrísgrjónunum jafnt með fingurgómunum.
i) Setjið helminginn af sveppunum á styttri endann á nori lakinu.
j) Eftir að hafa húðað það með sriracha-Vegenaise blöndunni skaltu rúlla því hægt og varlega upp og gera það eins þétt og mögulegt er.
k) Skerið í 8 rúllur.
l) Berið fram með sojasósu og súrsuðu engifer, toppið síðan með muldum rauðum pipar.

36.Avókadó gúrka sushi rúlla

HRÁEFNI:
SUSHI RÍS
- 1 bolli stuttkorna hýðishrísgrjón, soðin
- 2 matskeiðar hrísgrjónaedik
- Sykur, 1 matskeið
- 1 tsk sjávarsalt

FYRIR RÚLLURNAR:
- ⅓ bolli af örgrænu, ef vill
- 1 gúrka, skorin í langa strimla
- 1 þroskað mangó, skorið í lóðréttar strimla
- Nori, 4 blöð
- 1 avókadó, skorið í sneiðar
- 2 matskeiðar sesamfræ, valfrjálst

AÐ ÞJÓNA:
- Kókoshnetusósa, tamari eða ponzu sósa

LEIÐBEININGAR:
SUSHI HRÍSGRJÓN:
a) Notaðu gaffal til að fleyta soðnu hrísgrjónunum áður en salti, sykri og hrísgrjónaediki er bætt út í.
b) Setja til hliðar.

SAMSETNING:
c) Settu eina nori lak, með glansogi hlið upp, á bambusmottu og stingdu smá hrísgrjónum í neðstu tvo þriðju hlutana.
d) Leggið áleggið ofan á.
e) Settu nori inn í bambusmottuna með því að rúlla henni upp.
f) Mótið og þrýstið létt á rúlluna.
g) Skerið sushiið í sneiðar.
h) Berið fram með kókoshnetusósu, tamari eða ponzu sósu til hliðar.

37.Kryddaðir hörpudiskur sushi rúllur

HRÁEFNI:
- 1 pund ferskt hörpuskel, saxað
- ¼ bolli majónesi
- Sriracha sósa
- Sushi hrísgrjón, 2 bollar
- Nori, 4 blöð

AÐ ÞJÓNA
- Soja sósa
- Wasabi

LEIÐBEININGAR:
a) Eldið sushi hrísgrjónin samkvæmt leiðbeiningum á pakka.
b) Blogið hörpuskel, majónesi og Sriracha sósu saman í blöndunarskál.
c) Dreifið hrísgrjónunum ofan á nori lak á sushimottu.
d) Toppið hrísgrjónin með hörpudiskblöndunni.
e) Rúllaðu sushiinu vel og skerðu það í hæfilega bita.
f) Berið fram með wasabi og sojasósu.

38.Krabbi og avókadó sushi rúlla

HRÁEFNI:
- Nori, 4 blöð
- 1 pund krabbakjöt
- Sushi hrísgrjón, 2 bollar
- 1 avókadó, skorið í sneiðar

AÐ ÞJÓNA
- Soja sósa
- Wasabi

LEIÐBEININGAR:
a) Eldið sushi hrísgrjónin samkvæmt leiðbeiningum á pakka.
b) Dreifið hrísgrjónunum ofan á nori lak á sushimottu.
c) Raðið krabbakjöti og avókadósneiðum ofan á hrísgrjónin.
d) Rúllaðu sushiinu vel og skerðu það í hæfilega bita.
e) Berið fram með wasabi og sojasósu.

39.Gljáður eggaldin sushi

HRÁEFNI:

- 1½ bollar tilbúin hefðbundin Sushi hrísgrjón
- 1 lítið japanskt eggaldin, skorið í sneiðar
- Olía til eldunar
- Sojasósa, 1 matskeið
- ½ tsk dökk sesamolía
- ½ tsk misopasta
- Hrísgrjónaedik, 1 tsk
- 1 tsk ristað sesamfræ
- 1 tsk hakkað grænn laukur, aðeins grænir hlutar

LEIÐBEININGAR:

a) Byrjaðu á því að búa til Sushi hrísgrjón.
b) Forhitið ofninn í 350°F.
c) Setjið smjörpappír á bökunarform.
d) Blogaðu saman sojasósu, dökku sesamolíu, misómauki og hrísgrjónaediki í lítilli skál.
e) Smyrðu blöndunni á báðar hliðar eggaldinsneiðanna.
f) Settu bitana flata á bökunarplötu sem er húðuð með bökunarpappír.
g) Eldið í 7 mínútur. Leyfið eggaldinsneiðunum að kólna alveg.
h) Settu bambusrúllumottu ofan á plastfilmu.
i) Búðu til lárétta röð yfir plastfilmuna með eggaldinsneiðunum.
j) Notaðu blauta fingur og dreifðu Sushi hrísgrjónunum yfir eggaldinið.
k) Hyljið Sushi hrísgrjónin með plastfilmu.
l) Snúðu plastfilmubúntinu á hvolf þannig að hrísgrjónin séu á botninum.
m) Mótið sushiið í ferhyrning með því að nota bambusrúllumottuna.
n) Skerið sushiið í 8 bita með því að skera í gegnum plastfilmuna.
o) Fjarlægðu plastfilmuna með varúð.
p) Til að bera fram skaltu raða bitunum á framreiðsludisk.
q) Stráið bitunum með sesamfræjum og grænum lauk.

40.Ála og gúrku sushi rúlla

HRÁEFNI:
- 1 pund áll, soðinn og skorinn í sneiðar
- Sushi hrísgrjón, 2 bollar
- Nori, 4 blöð
- Agúrka, sneidd
- Unagi sósa

AÐ ÞJÓNA
- Soja sósa
- Wasabi
- Sushi engifer

LEIÐBEININGAR:
a) Eldið sushi hrísgrjónin samkvæmt leiðbeiningum á pakka.
b) Dreifið hrísgrjónunum ofan á nori lak á sushimottu.
c) Leggið ál og gúrkusneiðar ofan á hrísgrjónin.
d) Dreifið áli og hrísgrjónum með Unagi sósunni.
e) Rúllaðu sushiinu vel og skerðu það í hæfilega bita.
f) Berið fram með uppáhalds meðlætinu þínu.

41. Stökk enoki sveppirúlla

HRÁEFNI:
FYRIR SUSHI hrísgrjónin
- Hrísgrjónaedik, 1 tsk
- Sykur, 1 tsk
- Salt, ½ teskeið
- 1 bolli sushi hrísgrjón, soðin

FYRIR ENOKI SVEPPINA
- 7 aura búnt af enoki sveppum, skipt í 8 hluta
- 1 bolli vatn
- 2 matskeiðar Ener-G
- 1 bolli maíssterkju, auk meira ef þarf
- nóg af canola-, grænmetis- eða vínberjaolíu

AÐ SETJA SAMSETNING
- 4 ristað nori blöð
- 4 matskeiðar hvít sesamfræ
- 4 matskeiðar vegan majó
- 4 matskeiðar sriracha
- 8 shiso lauf
- 1 msk svört sesamfræ, til að skreyta

LEIÐBEININGAR:

a) Kasta hrísgrjónum með hrísgrjónaediki, sykri og salti eftir smekk.
b) Til að búa til sveppina skaltu hita nóg af olíu í hollenskum ofni yfir meðalháum hita.
c) Í lítilli, grunnri skál, þeytið vatnið og Ener-G saman, setjið síðan tvo Enoki bita í blönduna og blogið til að ná.
d) Kasta því varlega í maíssterkjuna með höndunum.
e) Steikið sveppina í olíunni í um það bil þrjár mínútur, snúið við einu sinni eða tvisvar.
f) Setjið steiktu sveppina á pappírshogklæði, stráið salti yfir og setjið til hliðar til að renna af.
g) Fyrir byggingu, skiptu kældu hrísgrjónunum í fjóra hluta.
h) Settu eitt nori-blað, með glansogi hlið niður, á plastfilmu.
i) Leggið hrísgrjónin í bleyti í vatni áður en þeim er dreift jafnt á nori lakið.
j) Setjið 1 matskeið af sesamfræjum ofan á.
k) Blogið majóinu og sriracha saman.
l) Dreifið einni skeið af sósunni í línu á endann á hrísgrjónunum næst þér.
m) Á hvorum enda rúllunnar, setjið shiso lauf.
n) Skerið grófa botninn af í lok sveppsins og leggið tvo Enoki bita yfir með shisho blaðinu og eldið síðan sveppinn eins og venjulega.
o) Rúllaðu sushiinu með þéttu en mjúku taki á mottunni.
p) Notaðu vatn til að þétta endann.
q) Skerið sushiið í átta bita með því að skera það í tvennt, svo aftur í tvennt.
r) Endið með svörtum sesamfræjum og meira sriracha mayo.

42.Kavíar og rjómaostur sushi rúllur

HRÁEFNI:
- 1 eyri kavíar
- 4 aura af rjómaosti
- Sushi hrísgrjón, 2 bollar
- Nori, 4 blöð

AÐ ÞJÓNA
- Soja sósa
- Wasabi

LEIÐBEININGAR:
a) Eldið sushi hrísgrjónin samkvæmt leiðbeiningum á pakka.
b) Smyrjið þunnu lagi af rjómaosti á nori blaðið.
c) Toppið rjómaostinn með litlu magni af kavíar.
d) Leggið sushi-hrísgrjónin ofan á kavíar og rjómaost.
e) Rúllaðu sushiinu vel og skerðu það í hæfilega bita.
f) Berið fram með wasabi og sojasósu.

43.Túnfisk Tartare Sushi rúllur

HRÁEFNI:
- 1 pund ferskur túnfiskur, skorinn í teninga
- Nori blöð
- Avókadó, sneið
- Sriracha, 1 msk sósa
- Sojasósa, 1 matskeið
- Sushi hrísgrjón
- 2 matskeiðar majónesi
- Agúrka, sneidd

AÐ ÞJÓNA
- Soja sósa
- Wasabi

LEIÐBEININGAR:
a) Blogið túnfisknum, majónesi, sriracha sósu og sojasósu saman í blöndunarskál.
b) Eldið sushi hrísgrjónin samkvæmt leiðbeiningum á pakka.
c) Dreifið hrísgrjónunum ofan á nori lak á sushimottu.
d) Setjið túnfisktartar, avókadósneiðar og gúrkusneiðar ofan á hrísgrjónin.
e) Rúllaðu sushiinu vel og skerðu það í hæfilega bita.
f) Berið fram með wasabi og sojasósu.

44. MjúkskeljakrabbiSushi Rúllur

HRÁEFNI:
- Sushi hrísgrjón
- 4 mjúkir krabbar
- Nori blöð
- Avókadó, sneið
- 1 egg
- 1 bolli alhliða hveiti
- ½ bolli maíssterkju
- 1 bolli panko brauðrasp

AÐ ÞJÓNA
- Soja sósa
- Wasabi

LEIÐBEININGAR:

a) Í blöndunarskál, blogaðu saman alhliða hveiti, maíssterkju, eggi og vatni til að búa til deig.
b) Dýfðu mjúku skelkröbbunum í deigið og síðan í panko brauðmylsnuna.
c) Steikið soft shell krabbana þar til þeir eru gullinbrúnir í olíu.
d) Eldið sushi hrísgrjónin samkvæmt leiðbeiningum á pakka.
e) Dreifið hrísgrjónunum ofan á nori lak á sushimottu.
f) Raðið steiktum mjúkskeljakrabba og avókadósneiðum ofan á hrísgrjónin.
g) Rúllaðu sushiinu vel og skerðu það í hæfilega bita.
h) Berið fram með wasabi og sojasósu.

45.Hörpuskel og Tobiko Sushi rúllur

HRÁEFNI:
- ½ pund ferskt hörpuskel, skorið í sneiðar
- Sushi hrísgrjón
- Nori blöð
- 2 matskeiðar majónesi
- sriracha sósa, 2 matskeiðar
- Tobiko/flugfiskhrogn

AÐ ÞJÓNA
- Soja sósa
- Wasabi

LEIÐBEININGAR:
a) Blogið saman sneiðum hörpuskel, majónesi og sriracha sósu í blöndunarrétti.
b) Eldið sushi hrísgrjónin samkvæmt leiðbeiningum á pakka.
c) Dreifið hrísgrjónunum ofan á nori lak á sushimottu.
d) Toppið hrísgrjónin með hörpudiskblöndunni og tobiko.
e) Rúllaðu sushiinu vel og skerðu það í hæfilega bita.
f) Berið fram með wasabi og sojasósu.

46. Toro og kavíar sushi

HRÁEFNI:
- Sushi hrísgrjón, 2 bollar
- Nori, 4 blöð
- 1 eyri kavíar
- ½ pund toro (feitur túnfiskur)

AÐ ÞJÓNA
- Soja sósa
- Wasabi

LEIÐBEININGAR:

a) Eldið sushi hrísgrjónin í samræmi við leiðbeiningar á pakkanum og setjið þau síðan til hliðar til að kólna.
b) Leggið til hliðar toro sneiðar sem hafa verið skornar í þunnar sneiðar.
c) Dreifðu lagi af sushi hrísgrjónum yfir þang lak á sushi mottu og skildu eftir 1 tommu ramma efst.
d) Toppið hrísgrjónin með nokkrum sneiðum af toro og ögn af kavíar.
e) Notaðu sushimottuna, rúllaðu sushiinu þétt, vættu efstu brún þangsplötunnar með vatni til að loka rúllunni.
f) Berið rúlluna fram í hæfilegum bitum með sojasósu og wasabi.

47. Humar og Truffluolía Sushi

HRÁEFNI:
- Sushi hrísgrjón, 2 bollar
- 2 tsk truffluolía
- Nori, 4 blöð
- ½ pund soðið humarkjöt

AÐ ÞJÓNA
- súrsuðu engifer
- soja sósa

LEIÐBEININGAR:

a) Eldið sushi hrísgrjónin í samræmi við leiðbeiningar á pakkanum og setjið þau síðan til hliðar til að kólna.

b) Hrærið humarkjötinu í hæfilega hæfilega bita með truffluolíu.

c) Dreifðu lagi af sushi hrísgrjónum yfir þang lak á sushi mottu og skildu eftir 1 tommu ramma efst.

d) Raðið humarbitunum ofan á hrísgrjónin.

e) Notaðu sushimottuna, rúllaðu sushiinu þétt, vættu efstu brún þangsplötunnar með vatni til að loka rúllunni.

f) Berið rúlluna fram í hæfilegum bitum með súrsuðu engifer og sojasósu.

48.Foie Gras og Fig Sushi

HRÁEFNI:
- Nori, 4 blöð
- Sushi hrísgrjón, 2 bollar
- ¼ pund foie gras
- 4 ferskar fíkjur

AÐ ÞJÓNA
- Soja sósa
- Wasabi

LEIÐBEININGAR:

a) Eldið sushi hrísgrjónin í samræmi við leiðbeiningar á pakkanum og setjið þau síðan til hliðar til að kólna.
b) Leggið foie grasið til hliðar sem á að skera í þunnar sneiðar.
c) Skerið ferskar fíkjur í hæfilega stóra bita.
d) Dreifðu lagi af sushi hrísgrjónum yfir þang lak á sushi mottu og skildu eftir 1 tommu ramma efst.
e) Toppið hrísgrjónin með nokkrum sneiðum af foie gras og ferskum fíkjubitum.
f) Notaðu sushimottuna, rúllaðu sushiinu þétt, vættu efstu brún þangsplötunnar með vatni til að loka rúllunni.
g) Berið rúlluna fram í hæfilegum bitum með sojasósu og wasabi.

49. Uni og Wagyu Nautakjöt Sushi

HRÁEFNI:
- Sushi hrísgrjón, 2 bollar
- Nori, 4 blöð
- ¼ pund uni/ígulker
- ¼ pund Wagyu nautakjöt

AÐ ÞJÓNA
- Soja sósa
- Wasabi

LEIÐBEININGAR:

a) Eldið sushi hrísgrjónin í samræmi við leiðbeiningar á pakkanum og setjið þau síðan til hliðar til að kólna.

b) Leggið Wagyu kjötið skorið í þunnar sneiðar til hliðar.

c) Á þang lak, dreift lag af uni.

d) Ofan á uni skaltu setja nokkrar sneiðar af Wagyu nautakjöti.

e) Notaðu sushimottuna, rúllaðu sushiinu þétt, vættu efstu brún þangsplötunnar með vatni til að loka rúllunni.

f) Berið rúlluna fram í hæfilegum bitum með sojasósu og wasabi.

50.Radísur og rækjur Sushi Nigiri

HRÁEFNI:
- Sushi hrísgrjón
- Radísur, þunnar sneiðar
- Eldaðar rækjur
- Sojasósa til að dýfa í

LEIÐBEININGAR:
a) Taktu lítið magn af sushi hrísgrjónum og mótaðu þau í litla ferhyrnda blokk.
b) Setjið radísusneið ofan á hrísgrjónablokkina.
c) Toppaðu radísuna með soðnum rækjum.
d) Endurtaktu með restinni af hráefninu.
e) Berið fram sushi nigiri með sojasósu til að dýfa í.

51.Krabbi konungurog Avocado Sushi

HRÁEFNI:

- Sushi hrísgrjón, 2 bollar
- 1 avókadó
- Nori, 4 blöð
- ½ pund kóngakrabbakjöt

AÐ ÞJÓNA

- súrsuðu engifer
- soja sósa

LEIÐBEININGAR:

a) Eldið sushi hrísgrjónin í samræmi við leiðbeiningar á pakkanum og setjið þau síðan til hliðar til að kólna.
b) Gerðu örsmáar sneiðar af kóngakrabbakjöti.
c) Skerið avókadóið í þunnar sneiðar.
d) Dreifðu lagi af sushi hrísgrjónum yfir þang lak á sushi mottu og skildu eftir 1 tommu ramma efst.
e) Raðið kóngakrabbanum og avókadóinu ofan á hrísgrjónin.
f) Notaðu sushimottuna, rúllaðu sushiinu þétt, vættu efstu brún þangsplötunnar með vatni til að loka rúllunni.
g) Berið rúlluna fram í hæfilegum bitum með súrsuðu engifer og sojasósu.

52.Sjóbassi og Trufflu Sushi

HRÁEFNI:
- Sushi hrísgrjón, 2 bollar
- ½ pund sjóbirtingur
- 2 tsk truffluolía
- Nori, 4 blöð

AÐ ÞJÓNA
- Soja sósa
- Wasabi

LEIÐBEININGAR:

a) Eldið sushi hrísgrjónin í samræmi við leiðbeiningar á pakkanum og setjið þau síðan til hliðar til að kólna.
b) Kasta sjóbirtingnum í þunnar sneiðar með truffluolíu.
c) Dreifðu lagi af sushi hrísgrjónum yfir þang lak á sushi mottu og skildu eftir 1 tommu ramma efst.
d) Raðið sjóbirtingssneiðunum ofan á hrísgrjónin.
e) Notaðu sushimottuna, rúllaðu sushiinu þétt, vættu efstu brún þangsplötunnar með vatni til að loka rúllunni.
f) Berið rúlluna fram í hæfilegum bitum með sojasósu og wasabi.

53.Önd og hoisinsósa Sushi

HRÁEFNI:

- Sushi hrísgrjón, 2 bollar
- Nori, 4 blöð
- ½ pund elduð ogabringa
- 2 matskeiðar hoisin sósa

AÐ ÞJÓNA

- Soja sósa
- Wasabi

LEIÐBEININGAR:

a) Eldið sushi hrísgrjónin í samræmi við leiðbeiningar á pakkanum og setjið þau síðan til hliðar til að kólna.
b) Kasta soðnu ogabringunni í litla bita með hoisinsósunni.
c) Dreifðu lagi af sushi hrísgrjónum yfir þang lak á sushi mottu og skildu eftir 1 tommu ramma efst.
d) Raðið ogarbitunum ofan á hrísgrjónin.
e) Notaðu sushimottuna, rúllaðu sushiinu þétt, vættu efstu brún þangsplötunnar með vatni til að loka rúllunni.
f) Berið rúlluna fram í hæfilegum bitum með sojasósu og wasabi.

54.Feitur lax og avókadó sushi

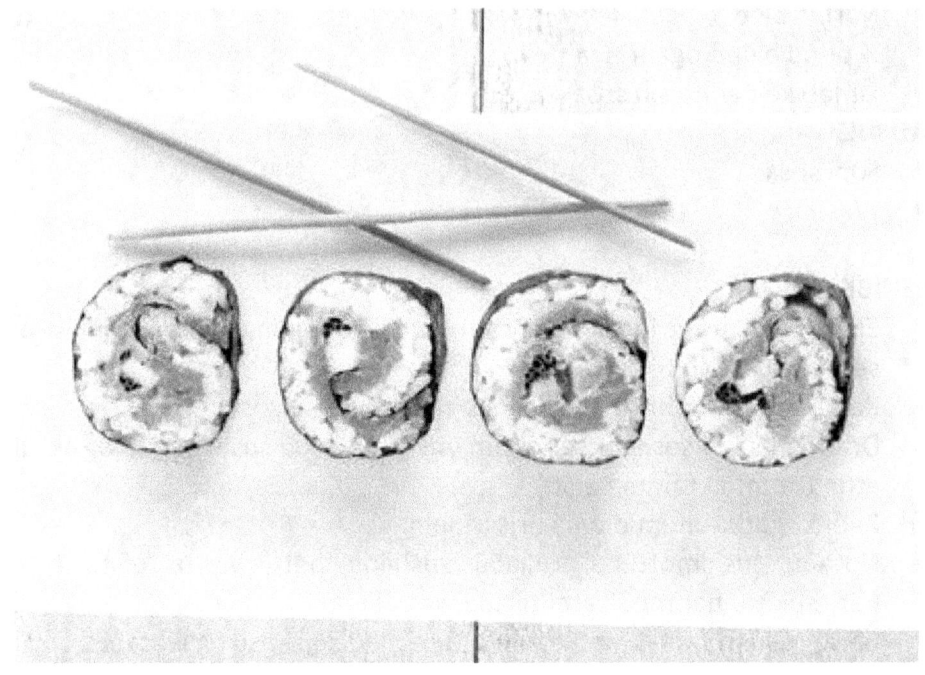

HRÁEFNI:
- ½ pund feitur lax
- Sushi hrísgrjón, 2 bollar
- 1 avókadó
- Nori, 4 blöð

AÐ ÞJÓNA
- Soja sósa
- Wasabi

LEIÐBEININGAR:
a) Eldið sushi hrísgrjónin í samræmi við leiðbeiningar á pakkanum og setjið þau síðan til hliðar til að kólna.
b) Gerðu litlar sneiðar af feitum laxi.
c) Skerið avókadóið í þunnar sneiðar.
d) Dreifðu lagi af sushi hrísgrjónum yfir þang lak á sushi mottu og skildu eftir 1 tommu ramma efst.
e) Raðið feita laxinum og avókadóinu ofan á hrísgrjónin.
f) Notaðu sushimottuna, rúllaðu sushiinu þétt, vættu efstu brún þangsplötunnar með vatni til að loka rúllunni.
g) Berið rúlluna fram í hæfilegum bitum með sojasósu og wasabi.

55.Áll og avókadó sushi

HRÁEFNI:
- Sushi hrísgrjón, 2 bollar
- ½ pund soðin áll
- 1 avókadó
- Nori, 4 blöð

AÐ ÞJÓNA
- Soja sósa
- Wasabi

LEIÐBEININGAR:
a) Eldið sushi hrísgrjónin í samræmi við leiðbeiningar á pakkanum og setjið þau síðan til hliðar til að kólna.
b) Soðinn áll skal skera í þunnar sneiðar.
c) Skerið avókadóið í þunnar sneiðar.
d) Dreifðu lagi af sushi hrísgrjónum yfir þang lak á sushi mottu og skildu eftir 1 tommu ramma efst.
e) Raðið áli og avókadó ofan á hrísgrjónin.
f) Notaðu sushimottuna, rúllaðu sushiinu þétt, vættu efstu brún þangsplötunnar með vatni til að loka rúllunni.
g) Berið rúlluna fram í hæfilegum bitum með sojasósu og wasabi.

56.Humar og kavíar sushi

HRÁEFNI:
- Sushi hrísgrjón, 2 bollar
- ½ pund soðið humarkjöt
- 2 matskeiðar kavíar
- Nori, 4 blöð

AÐ ÞJÓNA
- Soja sósa
- Wasabi

LEIÐBEININGAR:
a) Eldið sushi hrísgrjónin í samræmi við leiðbeiningar á pakkanum og setjið þau síðan til hliðar til að kólna.
b) Soðið humarkjöt ætti að skera í litla bita.
c) Hyljið sushi hrísgrjónin með þunnu lagi af kavíar.
d) Dreifðu lagi af sushi hrísgrjónum yfir þang lak á sushi mottu og skildu eftir 1 tommu ramma efst.
e) Raðið humarkjötinu ofan á hrísgrjónin.
f) Notaðu sushimottuna, rúllaðu sushiinu þétt, vættu efstu brún þangsplötunnar með vatni til að loka rúllunni.
g) Berið rúlluna fram í hæfilegum bitum með sojasósu og wasabi.

57. Svört hrísgrjón Sushi Rúlla með Tofu og Grænmeti

HRÁEFNI:
- 1 lak af nori þangi
- ½ bolli svört hrísgrjón, soðin
- ¼ bolli skorið fast tófú
- julienned gulrætur, ¼ bolli
- julienned agúrka, ¼ bolli
- Sesamfræ, 1 matskeið

AÐ ÞJÓNA
- Sojasósa til að dýfa í

LEIÐBEININGAR:
a) Fylgdu pakkaleiðbeiningunum til að elda svörtu hrísgrjónin.
b) Hyljið nori þangið með soðnu svörtu hrísgrjónunum og skilið eftir 1 tommu brún á efstu brúninni.
c) Ofan á hrísgrjónin skaltu raða tófúinu í hægeldunum, gulræturnar og gúrkuna.
d) Stráið sesamfræjum yfir.
e) Notaðu sushimottu og rúllaðu sushiinu vel.
f) Berið sushiið fram í bitum með sojasósu til ídýfingar.

58. Grillaður áll og avókadó sushi rúlla

HRÁEFNI:
- 1 lak af nori þangi
- ¼ avókadó, sneið
- ½ bolli sushi hrísgrjón
- 2 aura grillaður áll, skorinn í sneiðar
- unagi sósa, 1 matskeið

AÐ ÞJÓNA
- Sojasósa til að dýfa í

LEIÐBEININGAR:
a) Útbúið sushi hrísgrjónin samkvæmt leiðbeiningum á pakkanum.
b) Hyljið nori þangið með soðnu hrísgrjónunum og skilið eftir 1 tommu brún á efstu brúninni.
c) Leggið grillaða ál og avókadósneiðar ofan á hrísgrjónin.
d) Dreypið unagi sósu ofan á.
e) Notaðu sushimottu og rúllaðu sushiinu vel.
f) Berið sushiið fram í bitum með sojasósu til að dýfa í.

59.Radísur og grænmetis sushi rúlla

HRÁEFNI:
- Nori þangblöð
- Sushi hrísgrjón
- Radísur, þunnar sneiðar
- Gulrætur, niðurskornar
- Agúrka, söxuð
- Avókadó, sneið
- Sojasósa til að dýfa í

LEIÐBEININGAR:
a) Leggðu blað af nori á bambus sushi mottu.
b) Smyrjið lagi af sushi hrísgrjónum á nori, skilið eftir smá brún efst.
c) Setjið radísusneiðar, gulrætur, gulrætur, gúrkur og avókadósneiðar meðfram miðjum hrísgrjónunum.
d) Rúllaðu sushiinu þétt með því að nota bambusmottuna.
e) Skerið í stóra bita og berið fram með sojasósu.

60. Túnfiskur og sojabaunir Sushi

HRÁEFNI:
SUSHI HRÍSGRJÓN:
- 2 hrísgrjónabollar Japansk stuttkorna hrísgrjón
- 1 stykki kombu
- 4 matskeiðar hrísgrjónaedik
- Sykur, 2 matskeiðar
- 1 msk salt
- Vatn

SUSHI RÚLLUR:
- 1 persnesk/japönsk agúrka
- 6,8 aura sashimi-gráða túnfiskur
- 1 kassi gerjuð sojabaun
- 5 blöð nori

AÐ ÞJÓNA
- Soja sósa
- Wasabi
- Sushi engifer

LEIÐBEININGAR:
a) Skolið hrísgrjónin oft til að fjarlægja eins mikla sterkju og hægt er og drekkið þau síðan í að minnsta kosti 30 mínútur í vatni.
b) Eldið hrísgrjónin í hrísgrjónapotti með hæfilegu magni af vatni.
c) Blogið saman hrísgrjónaediki, salti og sykri í litlum potti og látið sjóða við meðalháan hita, hrærið stöðugt þar til sykurinn leysist upp. Látið kólna.
d) Færið soðnu hrísgrjónin yfir í rakt flatbotna fat, hrærið sushi ediki út í og setjið til hliðar.
e) Hyljið fatið með rökum klút og setjið það frá sér.
f) Til að undirbúa hosomaki skaltu skera gúrkuna í tvennt eftir endilöngu og síðan aftur í tvennt.
g) Þegar túnfiskurinn hefur verið skorinn í 1/4 - 1/2" bita, skerið þá bita í 1/4 - 1/2" þykka langar ræmur.
h) Kryddið natto með sojasósu eða kryddi úr pakkanum og blogið síðan saman þar til það verður klístrað.
i) Sameina 1/4 bolli af vatni og 1 matskeið hrísgrjónaediki í lítilli skál. Dýfðu höndum þínum í edikað vatnið til að koma í veg fyrir að hrísgrjónin festist saman.
j) Skerið lengri hliðina á ferhyrndu þanginu í tvennt. Settu hálfa blaðið á bambus sushi mottuna, með glansogi hlið niður, með lengri hliðina samsíða þeirri hlið mottunnar sem er næst þér. Á aðliggjogi hlið, skildu eftir 3-4 rimla sýnilega.
k) Vættu mælibikarinn með edikivatni og ausaðu 1/2 bolla í blauta hönd þína. Dreifðu hrísgrjónunum yfir vinstri-miðjuna á nori lakinu og skildu eftir 1" bil meðfram efstu brúninni.
l) Setjið eina fyllingu í miðjuna á hrísgrjónunum og veltið sushiinu yfir, lendi í brún hrísgrjónalagsins, á meðan haldið er niðri með fingrunum. Mótaðu og hertu rúlluna létt í gegnum mottuna.
m) Eftir að mottuna hefur verið fjarlægð skaltu rúlla sushiinu aftur til að tryggja þangkantinn.
n) Skerið rúlluna í 6 hluta, vætið hnífinn stöðugt með rökum klút.
o) Berið fram með ýmsum kryddum.

61. Gulrótarlox og avókadó sushi

HRÁEFNI:
FYRIR SUSHI HRÍSGRJÓNIN
- Salt, ½ teskeið
- 1 bolli sushi hrísgrjón, soðin
- Hrísgrjónaedik, 1 tsk
- Sykur, 1 tsk

FYRIR FYLLINGU
- 1 bolli tilbúið gulrótarlox
- 1 matskeið vegan majó
- Sriracha, 1 matskeið
- ½ avókadó, skorið í sneiðar
- 4 ristað nori blöð

LEIÐBEININGAR:
a) Kasta sushi hrísgrjónum með sykri, salti og hrísgrjónaediki eftir smekk.
b) Til að búa til fyllinguna, þeytið saman vegan mayo, sriracha og vegan lox.
c) Til að setja saman, skiptið kældu hrísgrjónunum í fjóra helminga.
d) Settu eitt nori-blað, með glansogi hlið niður, á plastfilmu.
e) Vættið fingurna með vatni eftir að hafa dreift hrísgrjónunum jafnt yfir nori lakið til að koma í veg fyrir að þau festist.
f) Skerið loxið í fjóra jafna bita.
g) Bættu við nokkrum avókadósneiðum og þunnri línu af lox meðfram hliðinni næst þér, með óvarinn endann frá þér.
h) Rúllaðu sushiinu með þéttu en mjúku taki á mottunni.
i) Lokaðu endann með vatni.
j) Skerið sushiið í átta hluta með því að skera það í tvennt, skera síðan hvern helming í tvennt.
k) Berið fram á disk.
l) Toppið með súrsuðu engifer, wasabi og sojasósu.

62. Brún hrísgrjón grænmetisrúlla

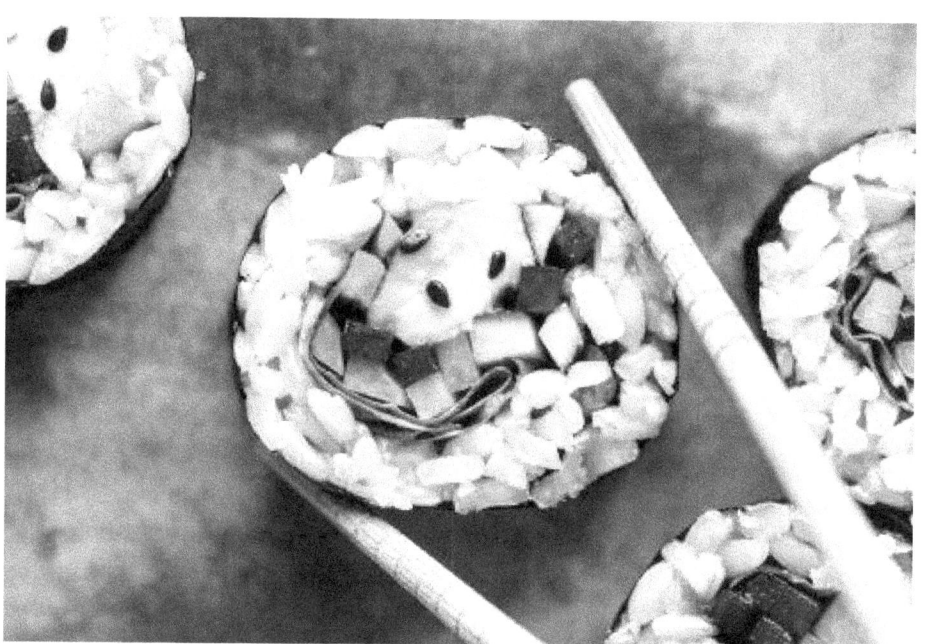

HRÁEFNI:
- 1 ½ bolli brún basmati hrísgrjón
- 1 matskeið hrísgrjónaedik
- Nori, 4 blöð
- 1 gúrka ensk, skorin í strimla
- 1 ½ msk sesamfræ
- 3 ½ bolli vatn
- 1 matskeið hunang
- ¾ avókadó
- 8 salatblöð
- 1 bolli gulrót

LEIÐBEININGAR:
a) Þvoið hrísgrjónin voglega og eldið við lágan hita í 30 til 45 mínútur.
b) Settu soðnu hrísgrjónin til hliðar í tíu mínútur til að hvíla.
c) Blogið hunangi og hrísgrjónaediki saman í meðalstórri blöndunarskál.
d) Bætið soðnu hrísgrjónunum við þessa blöndu og þeytið kröftuglega þar til hrísgrjónakornin eru jafnhúðuð.
e) Til að útbúa sushi eða rúllur skaltu dreifa soðnum hrísgrjónum jafnt á stykki af nori.
f) Við hrísgrjónin skaltu sameina tvö salatlauf, avókadó, gulrætur og agúrka.
g) Blogið nokkrum ristuðum sesamfræjum út í.
h) Rúllið blaðinu í rúllu og passið að allt hráefnið sé vel pakkað inn.
i) Rúlla til enda.
j) Skerið rúllurnar og berið fram með uppáhalds súrum gúrkum og kryddi.

63.Sushi rúlla með kínóa og avókadó

HRÁEFNI:
- 1 lak af nori þangi
- ½ bolli soðið kínóa
- ¼ avókadó, sneið
- ¼ bolli niðursoðnar gulrætur
- ¼ bolli jöfnuð agúrka
- Sesamfræ, 1 matskeið

AÐ ÞJÓNA
- Sojasósa til að dýfa í

LEIÐBEININGAR:
a) Hyljið nori þangið með soðnu kínóa, skilið eftir 1 tommu brún á efstu brúninni.
b) Ofan á kínóaið, leggið niðursneið avókadó, gulrætur og gúrku.
c) Stráið sesamfræjum yfir.
d) Notaðu sushimottu og rúllaðu sushiinu vel.
e) Berið sushiið fram í bitum með sojasósu til að dýfa í.

64. Radísur og gúrka sushi rúlla

HRÁEFNI:
- Nori þangblöð
- Sushi hrísgrjón
- Radísur, þunnar sneiðar
- Agúrka, söxuð
- Súrsett engifer
- Sojasósa til að dýfa í

LEIÐBEININGAR:
a) Leggðu blað af nori á bambus sushi mottu.
b) Smyrjið lagi af sushi hrísgrjónum á nori, skilið eftir smá brún efst.
c) Setjið radísusneiðar og gúrku meðfram miðjum hrísgrjónunum.
d) Rúllaðu sushiinu þétt með því að nota bambusmottuna.
e) Skerið í hæfilega stóra bita og berið fram með súrsuðu engifer og sojasósu.

SUSHI SKÁLUR

65.Dynamite hörpuskel sushi skál

HRÁEFNI:

- 2 bollar (400 g) tilbúin hefðbundin sushi hrísgrjón
- 2 tsk hakkað grænn laukur (laukur), aðeins grænir hlutar
- ¼ ensk agúrka (japönsk agúrka), fræhreinsuð og skorin í litla teninga
- 2 eftirlíkingar krabbastangir, fótleggur, rifnar
- 8 oz (250 g) ferskur hörpuskel, hrærður, soðinn og haldið heitri
- 4 hrúgafullar matskeiðar Kryddmajónes eða meira eftir smekk
- 2 tsk ristað sesamfræ

LEIÐBEININGAR:

a) Undirbúið Sushi hrísgrjón og kryddað majónes.
b) Safnaðu 4 martini glösum. Setjið ½ teskeið af söxuðum grænum lauk í botninn á hverju glasi.
c) Setjið Sushi hrísgrjónin og hægelduð agúrka í litla skál. Blogið vel saman.
d) Bleytið fingurgómana áður en hrísgrjónum og gúrkublöndunni er skipt á milli hvers glass. Fletjið yfirborð hrísgrjónanna varlega út.
e) Skiptið rifnum krabbastöngunum á milli glösanna. Bætið ¼ af heitum hörpuskel í hvert glas.
f) Setjið hrúgafulla matskeið af kryddmajónesi yfir innihald hvers glass. Notaðu kyndil til að brenna kryddmajónesið þar til það er freyðogi, um það bil 15 sekúndur.
g) Stráið ½ teskeið af ristuðu sesamfræjunum yfir hvert glas áður en það er borið fram.

66.Skinku og ferskja sushi skál

HRÁEFNI:

- 2 bollar tilbúin hefðbundin sushi hrísgrjón
- 1 stór ferskja, fræhreinsuð og skorin í 12 báta
- ½ bolli Sushi hrísgrjón dressing
- ½ tsk hvítlauks chili sósa
- Skvettu af dökkri sesamolíu
- 4 aura Þurrkuð skinka, skorið í þunnar ræmur
- 1 búnt af karsa, þykkir stilkar fjarlægðir

LEIÐBEININGAR:

a) Undirbúið Sushi hrísgrjónin og auka Sushi hrísgrjón dressinguna.
b) Settu ferskjubátana í meðalstóra skál. Bætið við Sushi hrísgrjónasósunni, hvítlauk chili sósu og dökkri sesamolíu. Hellið ferskjunum vel út í marineringuna áður en þær eru settar yfir. Látið ferskjurnar stífna við stofuhita í marineringunni í að minnsta kosti 30 mínútur og allt að 1 klst.
c) Safnaðu saman 4 litlum framreiðsluskálum. Bleytið fingurgómana áður en þú setur ½ bolli (100 g) af tilbúnum Sushi hrísgrjónum í hverja skál. Fletjið yfirborð hrísgrjónanna varlega út. Skiptið álegginu jafnt í aðlaðogi mynstur ofan á hverri skál og leyfið 3 ferskjusneiðum í hverjum skammti. (Þú getur tæmt mest af vökvanum úr ferskjunum áður en þú setur skálarnar yfir, en ekki klappa þeim þurrt.)
d) Berið fram með gaffli og sojasósu til að dýfa í ef vill.

67. Appelsínugult Sushi bollar

HRÁEFNI:

- 1 bolli tilbúin hefðbundin sushi hrísgrjón
- 2 frælausar nafla appelsínur
- 2 tsk tíndar plómumauk
- 2 tsk ristað sesamfræ
- 4 stór shiso lauf eða basil lauf
- 4 tsk hakkað grænn laukur, aðeins grænir hlutar
- 4 eftirlíkingar af krabbastöngum, fótastíll
- 1 blað af nori

LEIÐBEININGAR:

1. Undirbúið Sushi hrísgrjónin.
2. Skerið appelsínurnar í tvennt þversum. Fjarlægðu örlítið sneið af botni hvers helmings þannig að hver og einn leggist flatt á skurðbrettið. Notaðu skeið til að fjarlægja innmatið úr hverjum helmingi. Geymið alla safa, deig og hluta til annarra nota eins og Ponzu sósu.
3. Dýfðu fingurgómunum í vatni og settu um það bil 2 matskeiðar af tilbúnum Sushi hrísgrjónum í hverja appelsínuskál.
4. Smyrjið ½ teskeið af súrsuðu plómumaukinu yfir hrísgrjónin. Bætið öðrum 2 matskeiðum af hrísgrjónum í hverja skálina. Stráið ½ teskeið af ristuðu sesamfræjunum yfir hrísgrjónin.
5. Stingdu einu shiso laufblaði í hornið á hverri skál. Settu 1 tsk af grænlauknum fyrir framan shiso laufin í hverri skál. Taktu eftirlíkingu af krabbastangunum og nuddaðu þeim á milli lófanna til að tæta eða notaðu hníf til að skera þá í strimla. Hrafðu krabba að verðmæti eins stafs ofan á hverja skál.
6. Til að bera fram, skerið noriið í eldspýtustokka með hníf. Toppið hverja skál með nokkrum af nori-rifunum. Berið fram með sojasósu.

68. Hrærið Sushi skál

HRÁEFNI:
- 1½ bolli Sushi hrísgrjón
- 4 stór smjörsalatblöð
- ½ bolli ristaðar jarðhnetur, gróft saxaðar
- 4 tsk hakkað grænn laukur, aðeins grænir hlutar
- 4 stórir shiitake sveppir, stilkar fjarlægðir og þunnar sneiðar
- Krydduð Tofu bloga
- ½ gulrót, spíralskorin eða rifin

LEIÐBEININGAR:
a) Undirbúið sushi hrísgrjón og kryddað tofu blöndu.
b) Raðið smjörsalatblöðunum á framreiðslubakka.
c) Hrærið saman tilbúnum Sushi hrísgrjónum, ristuðum hnetum, söxuðum grænum lauk og shiitake sveppasneiðum í meðalstórri skál.
d) Skiptið blönduðu hrísgrjónunum á milli "skálanna".
e) Pakkið hrísgrjónunum varlega í salatskálina.
f) Skiptið krydduðu tófúblöndunni á milli kálskálanna.
g) Toppið hvern með nokkrum af gulrótarsnúningunum eða rifnum.
h) Berið steiktu skálarnar fram með sætu sojasírópi.

69.Sushiskál með eggjum, ostum og grænum baunum

HRÁEFNI:

- 1½ bollar tilbúin hefðbundin Sushi hrísgrjón
- 10 grænar baunir, hvítaðar og skornar í strimla
- 1 japönsk eggjakaka lak, skorin í strimla
- 4 matskeiðar geitaostur, mulinn
- 2 tsk hakkað grænn laukur, aðeins grænir hlutar

LEIÐBEININGAR:

1. Undirbúið Sushi hrísgrjón og japanska eggjaköku lakið.
2. Bleytið fingurgómana áður en ¾ bolli af sushi hrísgrjónum er bætt í hverja skál.
3. Fletjið varlega út yfirborð hrísgrjónanna í hverri skál.
4. Skiptið grænu baununum, eggstrimunum og geitaostinum á milli skálanna tveggja í aðlaðogi mynstri.
5. Til að bera fram, stráið 1 teskeið af grænum lauk í hverja skál.

70. Ferskja Sushi skál

HRÁEFNI:

- 2 bollar tilbúin hefðbundin sushi hrísgrjón
- 1 stór ferskja, fræhreinsuð og skorin í 12 báta
- ½ bolli Sushi hrísgrjón dressing
- ½ tsk hvítlauks chili sósa
- Skvettu af dökkri sesamolíu
- 1 búnt af karsa, þykkir stilkar fjarlægðir

VALFRÆTT ÁFLAÐ

- Avókadó
- Lax
- Túnfiskur

LEIÐBEININGAR:

1. Undirbúið Sushi hrísgrjónin og auka Sushi hrísgrjón dressinguna.
2. Settu ferskjubátana í meðalstóra skál. Bætið við Sushi hrísgrjónasósunni, hvítlauk chili sósu og dökkri sesamolíu.
3. Hellið ferskjunum vel út í marineringuna áður en þær eru þaknar.
4. Látið ferskjurnar stífna við stofuhita í marineringunni í að minnsta kosti 30 mínútur og allt að 1 klst.
5. Bleytið fingurgómana áður en þú setur ½ bolla af tilbúnu sushi-hrísgrjónunum í hverja skál.
6. Fletjið yfirborð hrísgrjónanna varlega út.
7. Skiptið álegginu jafnt í aðlaðogi mynstur ofan á hverri skál og leyfið 3 ferskjusneiðum í hverjum skammti.
8. Berið fram með gaffli og sojasósu til að dýfa í.

71. Ratatouille Sushi skál

HRÁEFNI:
- 2 bollar tilbúin hefðbundin sushi hrísgrjón
- 4 stórir tómatar, hvíthreinsaðir og afhýðir
- 1 matskeið hakkað grænn laukur, aðeins grænir hlutar
- ½ lítið japanskt eggaldin, ristað og skorið í litla teninga
- 4 matskeiðar steiktur laukur
- 2 matskeiðar sesamnúðludressing

LEIÐBEININGAR:
a) Undirbúið Sushi hrísgrjón og sesam núðlu dressing.
b) Setjið Sushi hrísgrjónin, grænan laukinn, eggaldinið, steiktan lauk og sesamnúðludressinguna í meðalstóra skál og blogið vel saman.
c) Skerið toppana af hverjum tómötum í burtu og takið miðjuna úr.
d) Setjið ½ bolla af blönduðu sushi hrísgrjónablöndunni í hverja tómatskál.
e) Notaðu bakhlið skeiðarinnar til að fletja hrísgrjónin varlega út.
f) Berið tómatskálarnar fram með gaffli.

72. Stökksteikt Tofu Sushi skál

HRÁEFNI:
- 4 bollar tilbúin hefðbundin Sushi hrísgrjón
- 6 aura þétt tófú, skorið í þykkar sneiðar
- 2 matskeiðar kartöflusterkju eða maíssterkju
- 1 stór eggjahvíta, blogað saman við 1 tsk af vatni
- ½ bolli brauðrasp
- 1 tsk dökk sesamolía
- 1 tsk matarolía
- ½ tsk salt
- Ein gulrót, skorin í 4 eldspýtustangir
- ½ avókadó, skorið í þunnar sneiðar
- 4 matskeiðar maískorn, soðin
- 4 tsk hakkað grænn laukur, aðeins grænir hlutar
- 1 nórí, skorið í þunnar strimla

LEIÐBEININGAR:
1. Undirbúið Sushi hrísgrjónin.
2. Settu sneiðarnar á milli laga af pappírsþurrku eða hreinum viskustykki og settu þunga skál ofan á þær.
3. Leyfðu tófú sneiðunum að renna af í að minnsta kosti 10 mínútur.
4. Hitaðu ofninn þinn í 375°F.
5. Dýptu tæmdu tofu sneiðunum í kartöflusterkjuna.
6. Setjið sneiðarnar í eggjahvítublönduna og snúið þeim til að hjúpa.
7. Blogið panko, dökkri sesamolíu, salti og matarolíu saman í meðalstórri skál.
8. Þrýstu létt nokkrum af panko blöndunum á hverja tófú sneiðina.
9. Setjið sneiðarnar á bökunarplötu klædda bökunarpappír.
10. Bakið í 10 mínútur og snúið svo sneiðunum við.
11. Bakið í 10 mínútur í viðbót, eða þar til panko húðin er stökk og gullinbrún.
12. Takið sneiðarnar úr ofninum og leyfið þeim að kólna aðeins.
13. Safnaðu saman 4 litlum framreiðsluskálum. Bleytið fingurgómana áður en ¾ bolli af sushi hrísgrjónum er bætt í hverja skál.
14. Fletjið varlega út yfirborð hrísgrjónanna í hverri skál. Skiptið panko tofu sneiðunum á milli 4 skálanna.
15. Bætið ¼ af gulrótarstöngunum í hverja skál.
16. Setjið ¼ af avókadósneiðunum í hverja skál. Settu 1 matskeið af maískjörnum ofan á hverja skál.
17. Til að bera fram, stráið ¼ af nori ræmunum yfir hverja skál. Berið fram með sætu sojasírópi eða sojasósu.

73. Avókadó sushi skál

HRÁEFNI:
- 1½ bollar tilbúin hefðbundin Sushi hrísgrjón
- ¼ lítill jicama, afhýddur og skorinn í eldspýtustangir
- ½ jalapeño chili pipar, fræ fjarlægð og gróft saxuð
- Safi úr ½ lime
- 4 matskeiðar Sushi hrísgrjón dressing
- ¼ avókadó, afhýtt, fræhreinsað og skorið í þunnar sneiðar
- 2 ferskir kóríogergreinar, til skrauts

LEIÐBEININGAR:
1. Undirbúið Sushi hrísgrjón og Sushi hrísgrjón dressing.
2. Blogið jicama eldspýtustangunum, söxuðum jalapeño, lime safa og sushi hrísgrjónasósu saman í lítilli skál sem er ekki úr málmi. Látið bragðið blogast í að minnsta kosti 10 mínútur.
3. Hellið vökvanum af jicama blöndunni.
4. Bleytið fingurgómana áður en ¾ bolli af sushi hrísgrjónum er bætt í hverja skál.
5. Fletjið yfirborð hrísgrjónanna varlega út.
6. Settu ½ af marineruðu jicama ofan á hverja skál.
7. Skiptið avókadósneiðunum á milli skálanna 2, raðið hverri í aðlaðogi mynstur yfir hrísgrjónin.
8. Til að bera fram, toppið hverja skál með ferskum kóríogerkvisti og Ponzu sósu.

74. Þang hrísgrjónaskál

HRÁEFNI:
- 1 egg
- Nori þunnt sneið, eftir þörfum
- Dashi, klípa
- ½ tsk Mirin
- ½ tsk sojasósa
- MSG, smá klípa
- Furikake, eftir þörfum
- 1 bolli soðin hvít hrísgrjón

LEIÐBEININGAR:
a) Settu hrísgrjón í skál og búðu til grunna ausu í miðjunni.
b) Brjótið allt eggið í miðjuna.
c) Kryddið með hálfri teskeið af sojasósu, klípu af salti, klípu af MSG, hálfri teskeið af mirin og klípu af Dashi.
d) Hrærið kröftuglega með matpinnum til að bloga egginu inn í, það ætti að verða fölgult, froðukennt og dúnkennt í áferð.
e) Smakkið til og stillið krydd eftir þörfum.
f) Stráið furikake og nori yfir, búið til litla ausu ofan á og bætið hinni eggjarauðunni út í.
g) Rétturinn þinn er tilbúinn til framreiðslu.

75. Kryddaður humar sushi skál

HRÁEFNI:

- 1½ bollar (300 g) tilbúin hefðbundin sushi hrísgrjón
- 1 tsk fínt rifin fersk engiferrót
- Einn 8 oz (250 g) gufusoðinn humarhali, skel fjarlægð og sneið í medalíur
- 1 kíví ávöxtur, afhýddur og skorinn í þunnar sneiðar
- 2 tsk hakkað grænn laukur (laukur), aðeins grænir hlutar
- Hogfylli spíralskorinn daikon radísa
- 2 ferskir kóríogergreinar (kóríoger ræmur)
- 2 matskeiðar Drekasafi eða meira eftir smekk

LEIÐBEININGAR:

a) Undirbúið Sushi hrísgrjón og drekasafa.
b) Bleytið fingurgómana áður en Sushi hrísgrjónunum er skipt á milli tveggja lítilla framreiðsluskála. Fletjið varlega út yfirborð hrísgrjónanna í hverri skál. Notaðu skeið til að dreifa ½ tsk af rifnu fersku engiferrótinni yfir hrísgrjónin í hverri skál.
c) Skiptið humarmedalíunum og kiwi ávöxtunum í tvennt. Skiptu um helming humarsneiðanna með helmingnum af kiwi-sneiðunum yfir hrísgrjónum í einni skál og skildu eftir lítið pláss. Endurtaktu mynstrið í hinni skálinni. Hrúga 1 teskeið af hakkað grænum lauk nálægt framan hverri skál. Skiptið spíralskornu daikon radísunni á milli skálanna tveggja og fyllið tómt rýmið.
d) Til að bera fram skaltu styðja einn ferskan kóríogergrein fyrir framan daikon radísuna í hverri skál. Setjið 1 matskeið af drekasafa yfir humarinn og kiwi ávextina í hverri skál.

76. Grilluð Stutt rif sushi skál

HRÁEFNI:

- 2 bollar (400 g) Hefðbundin Sushi hrísgrjón, Fljótleg og auðveld Sushi hrísgrjón í örbylgjuofni eða brún Sushi hrísgrjón
- 1 pund (500 g) beinlaus svínarifin
- 2 matskeiðar hrásykur eða ljós púðursykur
- 1 matskeið hrísgrjónaedik
- 2 matskeiðar mataralía
- 2 tsk sojasósa
- ½ tsk hakkaður hvítlaukur
- 2 matskeiðar saxað kristallað engifer
- ½ avókadó, afhýtt, fræhreinsað og skorið í þunnar sneiðar
- ¼ ensk agúrka (japansk agúrka), fræhreinsuð og skorin í eldspýtustangir
- ¼ bolli (60 g) þurrkað mangó, skorið í þunnar strimla

LEIÐBEININGAR:

a) Undirbúið Sushi hrísgrjónin.
b) Nuddið stutt rifin með sykrinum. Blogið saman hrísgrjónaediki, mataralíu, sojasósu og söxuðum hvítlauk í meðalstórri skál. Settu rifin í skálina og snúðu þeim nokkrum sinnum til að hjúpa. Lokið þeim og leyfið þeim að marinerast í 30 mínútur.
c) Hitaðu grillið þitt í 500°F (260°C). Setjið stutt rifin á grillpönnu eða plötubakka. Steikið í um það bil 5 mínútur á hvorri hlið. Takið stutt rifin af bakkanum og leyfið þeim að kólna. Skerið stutt rifin í ½ tommu (1,25 cm) bita. (Ef stutt rifin eru með bein, þá viltu fjarlægja kjötið af beinum.)
d) Safnaðu saman 4 litlum framreiðsluskálum. Bleytið fingurgómana áður en þú setur ½ bolla (100 g) af sushi hrísgrjónunum í hverja skál. Fletjið yfirborð hrísgrjónanna varlega út. Stráið ½ matskeið af söxuðu kristallaða engiferinu yfir hrísgrjónin. Skiptið stuttu rifunum á milli 4 skálanna.
e) Raðið ¼ af avókadósneiðunum, gúrkustöngunum og mangóstrimunum í aðlaðogi mynstur yfir hrísgrjónaskálina.
f) Berið fram með sætu sojasírópi, ef vill.

77. Ferskur lax og avókadó sushi skál

HRÁEFNI:
- 1½ bollar (300 g) tilbúin hefðbundin sushi hrísgrjón
- ¼ lítill jicama, afhýddur og skorinn í eldspýtustangir
- ½ jalapeño chili pipar, fræ fjarlægð og gróft saxuð
- Safi úr ½ lime
- 4 matskeiðar Sushi hrísgrjón dressing
- 6 oz (200 g) ferskur lax, skorinn í sneiðar
- ¼ avókadó, afhýtt, fræhreinsað og skorið í þunnar sneiðar
- 2 hrúgafullar matskeiðar laxahrogn (ikura), valfrjálst
- 2 ferskir kóríoger (kóríoger) greinar, til skrauts

LEIÐBEININGAR:
a) Undirbúið Sushi hrísgrjón og Sushi hrísgrjón dressing.
b) Blogið saman jicama eldspýtustangunum, söxuðum jalapeño, lime safa og sushi hrísgrjónasósu í lítilli málmlausri skál. Látið bragðið blogast í að minnsta kosti 10 mínútur. Hellið vökvanum af jicama blöndunni.
c) Safnaðu saman 2 litlum skálum. Bleytið fingurgómana áður en ¾ bolli (150 g) af Sushi hrísgrjónum er bætt í hverja skál. Fletjið yfirborð hrísgrjónanna varlega út. Settu ½ af marineruðu jicama ofan á hverja skál. Skiptið laxinum og avókadósneiðunum á milli skálanna 2, raðið hverri í aðlaðogi mynstur yfir hrísgrjónin. Bætið 1 hrúgaðri matskeið af laxahrognum, ef notuð eru, í hverja skál.
d) Til að bera fram skaltu toppa hverja skál með ferskum kóríogerkvisti og Ponzu sósu. soja sósa.

PRESSERT, GUNKAN OG NIGIRI SUSHI

78.Granatepli og dökkt súkkulaði Nigiri

HRÁEFNI:
- 1 bolli granatepli fræ
- Dökkt súkkulaði, brætt
- Sushi hrísgrjón
- Nori ræmur

LEIÐBEININGAR:
a) Mótaðu sushi hrísgrjón í litla ferhyrninga til að líkjast nigiri.
b) Þrýstið granateplafræjum á hrísgrjónin.
c) Dreypið bræddu dökku súkkulaði ofan á.
d) Kælið þar til súkkulaðið harðnar.

79. Avókadó og granatepli Nigiri

HRÁEFNI:
- 1½ bolli hefðbundin sushi hrísgrjón
- 1 msk granatepli melass
- 1 tsk Ponzu sósa
- ½ avókadó, skorið í 16 þunnar sneiðar
- 1 blað af nori
- 2 tsk granatepli fræ

LEIÐBEININGAR:
a) Undirbúið Sushi hrísgrjónin.
b) Hrærið saman granateplumelassann og Ponzu sósuna í lítilli skál.
c) Dýfðu fingurgómunum í vatn og skvettu smá yfir lófana.
d) Kreistu kúlu á stærð við valhnetu af tilbúnum Sushi-hrísgrjónum, um það bil 2 matskeiðar, í hendina til að mynda snyrtilegt ferhyrnt rúm af hrísgrjónum.
e) Skerið 8 ræmur þversum úr blaðinu af nori.
f) Geymið afganginn af nori til annarrar notkunar. Toppið hvert hrísgrjónabeð með 2 avókadósneiðum.
g) Festu þau í setinu með nori ræma „öryggisbelti".
h) Til að bera fram skaltu raða bitunum á framreiðsludisk.
i) Hellið smá af granatepliblöndunum yfir hvern bita og toppið með nokkrum granateplafræjum.

80.Shiitake Nigiri

HRÁEFNI:
- 1½ bollar tilbúin hefðbundin Sushi hrísgrjón
- 8 litlir shiitake sveppir, stilkar fjarlægðir
- Olía til eldunar
- 1 blað af nori
- 2 matskeiðar sesamnúðludressing
- 1 tsk ristað sesamfræ

LEIÐBEININGAR:
a) Undirbúið Sushi hrísgrjón og sesam núðlu dressing.
b) Skerið ofan á hvern svepp með hníf.
c) Hitið nóg af olíu í botninn á stórri pönnu til að húða hana alveg.
d) Bætið sveppunum út í og eldið þá varlega til að losa ilminn.
e) Takið af pönnunni og látið kólna.
f) Dýfðu fingurgómunum í vatn og skvettu smá yfir lófana.
g) Kreistu kúlu á stærð við valhnetu af tilbúnum sushi-hrísgrjónum, um það bil 2 matskeiðar, í hendina til að mynda snyrtilegt ferhyrnt rúm af hrísgrjónum.
h) Skerið 8 ræmur þversum úr blaðinu af nori.
i) Geymið afganginn af nori til annarrar notkunar.
j) Toppið hvert hrísgrjónabeð með 1 svepp.
k) Fyrir fjölbreytni skaltu setja helming sveppanna á hrísgrjónabeð með undirhliðina upp.
l) Festið sveppina í setinu með nori ræma „öryggisbelti".
m) Til að bera fram skaltu raða sveppa sushi bitunum á framreiðslu fat.
n) Setjið smá af sesamnúðludressingunni yfir hvern bita og stráið sesamfræjum yfir.

81.Jarðarberjaostakaka Nigiri

HRÁEFNI:
- 1 bolli graham cracker mola
- 1/2 bolli rjómaostur, mildaður
- 1/4 bolli flórsykur
- Fersk jarðarber, skorin í sneiðar
- Nori (þang) ræmur

LEIÐBEININGAR:
a) Blogið saman graham kex mola, rjómaosti og flórsykri í skál þar til það hefur blogast vel saman.
b) Myndið litla ferhyrninga úr blöndunni til að líkjast nigiri.
c) Settu hvern graham kex rétthyrning á lítið stykki af nori.
d) Toppið með sneið af ferskum jarðarberjum.
e) Berið fram kælt.

82. Reykt Tofu Nigiri

HRÁEFNI:
- 1½ bollar tilbúin hefðbundin Sushi hrísgrjón
- 16 aura pakka tófú, tæmd af pakkavökva
- ½ bolli Tempura sósa
- 1 blað af nori
- 4 matskeiðar Sushi hrísgrjón dressing
- ½ tsk dökk sesamolía
- ½ tsk hvítlauks chili sósa

LEIÐBEININGAR:
a) Undirbúið Sushi hrísgrjón og Tempura sósu.
b) Settu hogfylli af reykflögum í vatn til að liggja í bleyti.
c) Setjið tófúið í litla skál og bætið við Tempura sósunni.
d) Snúðu því nokkrum sinnum til að húða. Látið tófúið marinerast í um það bil 10 mínútur.
e) Hitaðu útigrillið þitt. Vefjið viðarflísunum í bleyti inn í álpappír.
f) Stingið álpappírinn nokkrum sinnum með stöngum.
g) Bætið álpappírspakkanum við grillið.
h) Þegar það byrjar að rjúka, setjið marinerað tófú á grillgrindar og lokaðu grilllokinu. Reykið tófúið í 20 mínútur.
i) Takið af grillinu og leyfið því að kólna alveg.
j) Dýfðu fingurgómunum í vatn og skvettu smá yfir lófana.
k) Kreistu kúlu á stærð við valhnetu af tilbúnum sushi-hrísgrjónum, um það bil 2 matskeiðar, í hendina til að mynda snyrtilegt ferhyrnt rúm af hrísgrjónum.
l) Skerið reykta tófúið þvers og kruss í þykkar sneiðar.
m) Skerið 8 ræmur þversum úr blaðinu af nori.
n) Geymið afganginn af nori til annarrar notkunar.
o) Toppið hvert hrísgrjónabeð með 1 sneið af reyktu tofu.
p) Festið sneiðarnar í settinu með nori ræma „öryggisbelti".
q) Til að bera fram skaltu raða reyktu sushibitunum á framreiðsludisk.
r) Blogið Sushi hrísgrjónasósunni, dökkri sesamolíu og hvítlauks chilisósu saman í litlum fati.
s) Penslið hluta af blöndunum yfir hvern bita af reyktu tofu.

83.Radís og túnfiskur Sushi Nigiri

HRÁEFNI:
- Sushi hrísgrjón
- Radísur, þunnar sneiðar
- Ferskur túnfiskur, skorinn í þunnar sneiðar
- Sojasósa til að dýfa í

LEIÐBEININGAR:

a) Taktu lítið magn af sushi hrísgrjónum og mótaðu þau í litla ferhyrnda blokk.
b) Setjið radísusneið ofan á hrísgrjónablokkina.
c) Toppið radísuna með sneið af ferskum túnfiski.
d) Endurtaktu með restinni af hráefninu.
e) Berið fram sushi nigiri með sojasósu til að dýfa í.

SUSHI HOGRULLUR/TEMAKI

84.Mango Klístrað hrísgrjónMaki

HRÁEFNI:
- 1 bolli klístrað hrísgrjón, soðin og kæld
- 1 þroskað mangó, skorið í þunnar strimla
- Kókosmjólk
- Nori blöð
- Sesamfræ (valfrjálst)

LEIÐBEININGAR:
a) Leggðu blað af nori á bambus sushi rúllogi mottu.
b) Smyrjið lag af klístrað hrísgrjónum á nori.
c) Setjið mangó ræmur meðfram annarri brún hrísgrjónanna.
d) Dreypið kókosmjólk yfir mangóið.
e) Rúllaðu sushiinu vel og skerðu í bita.
f) Stráið sesamfræjum ofan á að eigin vali.

85.Grænmetis Tempura hogrúllur

HRÁEFNI:
- 1 bolli tilbúin hefðbundin sushi hrísgrjón
- Basic vegan Tempura deig
- Olía til steikingar
- 16 grænar baunir, oddar og strengir fjarlægðir, hvítaðar
- 4 matskeiðar kartöflusterkju eða maíssterkju
- 4 blöð af nori
- 4 tsk ristað sesamfræ
- 4 tsk fínt rifin daikon radísa
- 1 tsk fínt rifin fersk engiferrót
- ¼ rauð paprika, skorin í eldspýtustangir
- 4 stykki af grænum laukum, hvítir hlutar snyrtir í burtu

LEIÐBEININGAR:
a) Undirbúið Sushi hrísgrjónin og Basic Tempura deigið.
b) Hitið olíu á pönnu í 350°F.
c) Dýfðu grænu baununum í kartöflusterkjuna og hristu afganginn í burtu. Hrærið grænu baununum í Basic Tempura batterinu áður en þær eru settar í heitu olíuna.
d) Steikið þar til deigið er gullinbrúnt, um það bil 2 mínútur. Tæmið á vírgrind.
e) Settu 1 blað af nori yfir vinstri lófann með grófu hliðina upp. Ýttu á 4 matskeiðar af tilbúnum Sushi hrísgrjónum á vinstri ⅓ af nori.
f) Stráið 1 tsk af sesamfræjunum yfir hrísgrjónin. Smyrðu 1 tsk af daikon radísa og ¼ tsk af ferskri engiferrót yfir hrísgrjónin.
g) Raðið 4 grænum baunum í tvöfalda línu niður miðjuna á hrísgrjónunum. Toppið með ¼ af rauðu papriku eldspýtustokkunum og 1 grænlauksstykki.
h) Taktu neðra vinstra hornið á nori og brjóttu það yfir fyllingarnar upp á toppinn.
i) Rúllaðu rúllunni niður og myndaðu þétta keilu þar til öllum nori hefur verið vafið utan um.

86. Beikon hogrúllur

HRÁEFNI:
- 1 bolli tilbúin hefðbundin sushi hrísgrjón
- 4 sojapappír eða nori
- 8 ræmur af vegan beikoni, soðið
- 1 Romaine salat, skorið í þunnar strimla
- ½ tómatur, skorinn í 8 báta
- ¼ avókadó, skorið í 4 báta
- 4 matskeiðar sætt sojasíróp eða meira eftir smekk
- 4 tsk sesamfræ, ristuð

LEIÐBEININGAR:

a) Útbúið Sushi hrísgrjónin og sætt sojasírópið.

b) Settu 1 blað af sojabaunapappír yfir vinstri lófann. Ýttu á 4 matskeiðar af Sushi hrísgrjónum á vinstri ⅓ af sojapappírnum.

c) Raðið 2 ræmum af beikoni niður í miðju hrísgrjónanna. Toppið með ¼ af niðurskornu Romaine. Bætið við 2 af tómatbátum og 1 avókadóbát.

d) Stráið 1 matskeið af sætu sojasírópi yfir fyllingarnar. Stráið 1 tsk af sesamfræjunum yfir.

e) Taktu neðra vinstra hornið á sojabaunapappírnum og brjóttu það yfir fyllingarnar upp á toppinn.

f) Rúllaðu rúllunni niður og myndaðu þétta keilu þar til öllum sojapappírnum hefur verið vafið utan um keiluna.

g) Berið rúllurnar fram strax.

87. Hnetusmjör & Banani Temaki

HRÁEFNI:

- 4 nori blöð
- 2 bananar, sneiddir
- 1/2 bolli hnetusmjör
- 1/4 bolli hunang
- Muldar jarðhnetur til skrauts

LEIÐBEININGAR:

a) Smyrjið hnetusmjöri á hverja nori plötu.
b) Setjið bananasneiðar meðfram annarri brúninni.
c) Dreypið hunangi yfir bananana.
d) Rúllið í keiluform og stráið muldum hnetum yfir.

88.Grænkál Chip Hog Rúllur

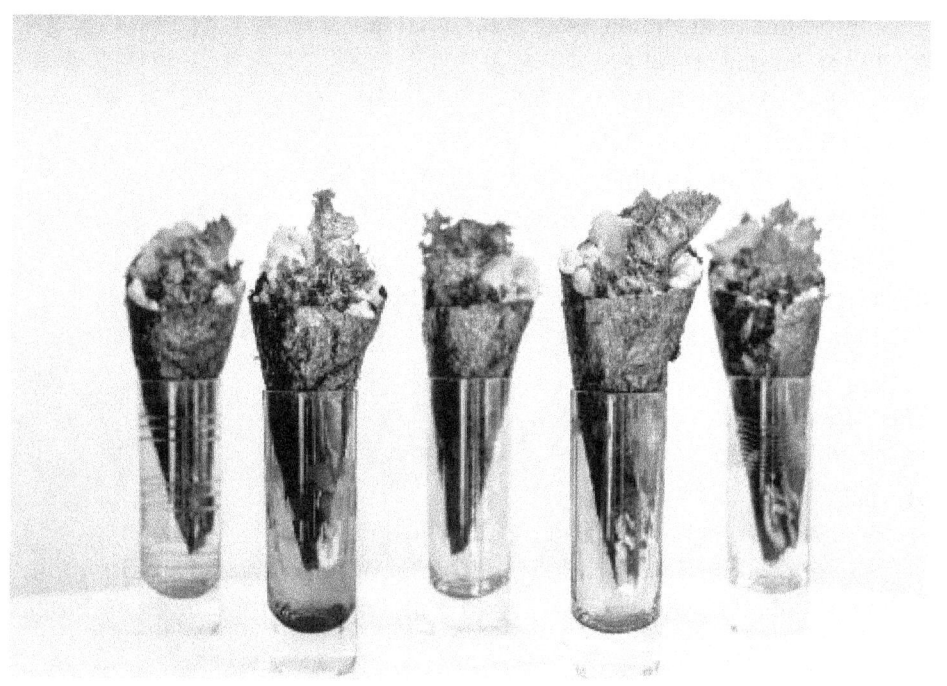

HRÁEFNI:

- 1 bolli tilbúin hefðbundin sushi hrísgrjón
- 1 lítið búnt af grænkáli, þvegið og þurrkað
- 1 matskeið matarolía
- ½ tsk rauð piparduft
- 4 blöð af nori
- 2 matskeiðar kristallað engifer, saxað
- ½ lítið tertað grænt epli, afhýtt og skorið í eldspýtustangir
- 1 gulrót, skorin í eldspýtustangir
- 4 matskeiðar hnetusósa eða meira eftir smekk
- 4 tsk hakkað grænn laukur

LEIÐBEININGAR:

a) Undirbúið Sushi hrísgrjón og hnetusósu.
b) Hitið ofn í 350°F.
c) Fjarlægðu alla harða stilka og rif af grænkálinu.
d) Settu grænkálið á bökunarplötu úr málmi sem er þakið smjörpappír.
e) Stráið olíu yfir toppinn og hrærið henni með höndunum til að blogast vel saman.
f) Stráið rauðpipurduftinu og sjávarsalti á báðum hliðum grænkálsins.
g) Dreifið grænkálinu í eitt, þunnt lag.
h) Bakið í 12 mínútur og snúið grænkálsflögum við hálfa leið.
i) Stilltu 1 blað af nori þvert yfir vinstri lófann þannig að grófa hliðin snúi upp.
j) Ýttu á 4 matskeiðar af tilbúnum Sushi hrísgrjónum á vinstri ⅓ af nori.
k) Stráið ½ matskeið af kristallaða engiferinu yfir hrísgrjónin.
l) Setjið ¼ af grænkálsflögum í miðjuna á hrísgrjónunum.
m) Bætið við ¼ af Granny Smith epla eldspýtuköstunum og ¼ af gulrótarstöngunum.
n) Setjið 1 matskeið af hnetusósunni, eða meira eftir smekk, yfir fyllingarnar.
o) Stráið 1 tsk af grænlauknum ofan á.
p) Taktu neðra vinstra hornið á nori og brjóttu það yfir fyllingarnar.
q) Rúllaðu rúllunni niður og myndaðu þétta keilu þar til öllum nori hefur verið vafið utan um.

89.Kimchee og tómatarrúllur

HRÁEFNI:
- 1 bolli tilbúin hefðbundin sushi hrísgrjón
- 4 blöð nori
- 4 ræmur kimchee eða meira eftir smekk, gróft saxað
- ½ tómatur, skorinn í 8 báta

LEIÐBEININGAR:
a) Undirbúið Sushi hrísgrjónin.
b) Stilltu 1 blað af nori þvert yfir vinstri lófann þannig að grófa hliðin snúi upp.
c) Ýttu á 4 matskeiðar af Sushi hrísgrjónunum á vinstri ⅓ af nori.
d) Bætið 1 matskeið af kimchee niður í miðju hrísgrjónanna.
e) Setjið 2 af tómatbátunum yfir hinar fyllingarnar.
f) Taktu neðra vinstra hornið á nori og brjóttu það yfir fyllingarnar.
g) Rúllaðu rúllunni niður og myndaðu þétta keilu þar til öllum nori hefur verið vafið utan um.

90.Kókosmangó Temaki

HRÁEFNI:
- 4 nori blöð
- 1 bolli sushi hrísgrjón
- 1 þroskað mangó, skorið í sneiðar
- Sætt rifin kókos
- Hunang til að drekka

LEIÐBEININGAR:
a) Dreifið sushi hrísgrjónum yfir nori lak.
b) Bætið sneiðum mangó við miðjuna.
c) Stráið sætri rifnum kókos yfir.
d) Dreypið hunangi yfir fyllinguna.
e) Rúllið í keiluform og berið fram.

SASHIMI

91.Melóna Sashimi

HRÁEFNI:
- ½ pund af margs konar melónu, í teningum
- ½ bolli sake
- ½ tsk wasabi duft
- 4 matskeiðar sætt sojasíróp
- 1 bolli daikon spíra
- Sjávarsalt eftir smekk

LEIÐBEININGAR:
a) Setjið melónu teningana í litla skál.
b) Þeytið sake og wasabi duftið saman í annarri skál.
c) Hellið blöndunni yfir melónutenningana og leyfið melónunum að liggja í bleyti í 10 mínútur.
d) Hellið vökvanum af melónunum.
e) Til að bera fram sashimi skaltu safna 4 litlum réttum.
f) Dýfðu litlum sætabrauðsbursta í sæta sojasírópinu og strjúktu einum sósustroka yfir hvern rétt.
g) Skiptið melónutenningunum í 4 hluta og raðið nokkrum melónutenningum yfir sæta sojasírópið.
h) Toppið melónu teningana með daikon spírunum.
i) Stráið sjávarsalti yfir hvern disk.

92.Heirloom Tomato Sashimi

HRÁEFNI:
- 4 matskeiðar hrísgrjónaedik
- 1 tsk sykur
- 3 stórir arfatómatar, kjarnhreinsaðir og skornir í sneiðar
- 1 sítróna, skorin í tvennt
- 1 bolli rifið daikon, valfrjálst
- 2 tsk sjávarsalt
- ¼ tsk matcha

LEIÐBEININGAR:
a)   Hrærið saman hrísgrjónaediki og sykri í litlum potti.
b)   Látið suðuna koma upp og látið malla í um það bil 2 mínútur.
c)   Takið af hellunni og kælið alveg.
d)   Skiptið tómötunum á milli 2 diska.
e)   Stráið minnkaðri ediki yfir tómatana.
f)   Setjið 1 sítrónuhelming á hlið hvers disks.
g)   Setjið ½ helming af daikoninu ofan á hvern disk.
h)   Blogið saman sjávarsalti og grænu tedufti.
i)   Skiptu því á milli tveggja lítilla rétta. Til að njóta, kreistið sítrónuna yfir tómatana.
j)   Stráið salti með grænu tebragði eftir smekk.

93.Hörpuskel Carpaccio

HRÁEFNI:
- 1 lítil kartöflu, afhýdd
- Olía til steikingar
- 1 tsk salt
- 1 tsk furikake
- 8 stórar, ferskar hörpuskel, hrærðar
- 2 Mogarín appelsínur, skrældar, börkur fjarlægður og sneiddar
- 4 tsk hakkað grænn laukur, aðeins grænir hlutar
- 4 matskeiðar ósaltað smjör, brætt og haldið heitu
- 4 matskeiðar Ponzu sósa

LEIÐBEININGAR:
a) Setjið skalottlauk í sneiðar í litla skál og stráið 1/2 tsk salti yfir.
b) Bætið ediki út í og blogið varlega saman, hafðu skalottlaukana á kafi. Látið stoga við stofuhita í 30 mínútur.
c) Skerið hverja hörpudisk þversum í mjög þunnar sneiðar.
d) Dreifið sneiðum á sex kælda plötur og leggið þær flatar í hringlaga mynstur.
e) Raðið helminguðum kirsuberjatómötum yfir hvern disk. Stráið hörpuskel og tómötum yfir salti, smá pepperoncino, nokkrum kapers og nokkrum súrsuðum skalottlaukum.
f) Skreytið með rifnum eða niðurskornum basilíkulaufum og nokkrum litlum basilíkulaufum.
g) Berið fram með kreistu af limesafa og skvettu af ólífuolíu.

94. Sæt rækju Sashimi

HRÁEFNI:

- 1 bolli rækjur, heilar hausar
- ½ bolli kartöflusterkja eða maíssterkju
- ½ tsk rauð piparduft
- Olía til steikingar
- 1 tsk salt
- 1 matskeið dökk sesamolía
- 1 matskeið ferskur lime safi
- 1 matskeið sojasósa
- 4 tsk svört flugfiskhrogn
- 4 grænir laukar, aðeins grænir hlutar
- 4 quail egg
- 2 tsk wasabi-mauk

LEIÐBEININGAR:

a) Setjið laxinn, krabbakjötið og hvíta túnfiskinn í aðskildar litlar skálar sem ekki eru úr málmi. Hrærið sætan laukinn, græna laukinn, sojasósu, sesamolíu, ferska engiferrót og ogo saman í meðalstórri skál.

b) Skiptið blöndunni á milli 3 skálanna af sjávarfangi.

c) Fyrir laxapokéið, bætið við klípu af sjávarsalti og 1 tsk af ristuðum sesamfræjum. Fyrir krabbapokéið, hrærið hægelduðum tómötum út í blönduna. Hrærið 2 tsk af macadamia hnetum í skálina fyrir hvítan túnfiskinn.

d) Hyljið hvern poké og geymið í kæli í að minnsta kosti 1 klst. Berið fram hvern poké kældan með hrísgrjónakökum ef vill.

95.Lúða með sítrónu og Matcha salti

HRÁEFNI:
- 8 aura fersk lúða, horn skorin í nokkrar sneiðar
- 1 sítrónu
- 3 tsk gróft sjávarsalt
- ½ teskeið af Matcha

LEIÐBEININGAR:
a) Raðið lúðusneiðunum á framreiðsludisk.
b) Skerið sítrónuna í tvennt þvers og kruss og skerið nógu marga endana í burtu þannig að sítrónuhelmingarnir séu flatir. Staflaðu sítrónuhelmingunum og settu þá á framreiðslufatið.
c) Blogið sjávarsalti og grænu tedufti saman í litlum fati.
d) Setjið grænt te saltið í haug á borðið.
e) Kreistu sítrónuhelmingana yfir lúðuna.
f) Stráið salti af grænu tei yfir bitana eftir smekk.

96.Nautakjöt Tataki fat

HRÁEFNI:
- 450 g flaka steik, miðskorin
- 1 matskeið sesamolía
- Nýmalaður svartur pipar

FYRIR MARINADE:
- 3 matskeiðar létt sojasósa
- Malaður svartur pipar
- 2 matskeiðar japanskt mirin
- 2 vorlaukar, þunnar sneiðar
- 1 stór hvítlauksgeiri, afhýddur og smátt saxaður
- 1 stykki ferskt rótarengifer, afhýtt og smátt saxað
- Örsalatblöð, til að skreyta

FYRIR PONZU-STÍL DRESSING:
- 2 matskeiðar sítrónusafi
- 4 matskeiðar hrísgrjónavínsedik
- 4 matskeiðar mirin
- 4 matskeiðar létt sojasósa
- 1 matskeið sesamolía

FYRIR Grænmetið
- 1 lítið mooli, afhýtt og skorið í litla strimla
- 1 stór gulrót, afhýdd og skorin í litla strimla eða eldspýtustangir
- 1 agúrka, fræhreinsuð og skorin í litla strimla eða eldspýtustangir

LEIÐBEININGAR:
a) Hitið stóra steikarpönnu þar til hún er heit.
b) Setjið nautakjötið í stóra skál, bætið olíunni út í, kryddið með piparnum og blogið saman.
c) Til að steikja nautakjötið brúnt út um allt á pönnunni.
d) Færið yfir á stóran disk til að kólna.
e) marineringunni í stórum plastmatarpoka .
f) Bætið nautakjöti, innsiglið og kælið í ísskáp í allt að 4 klukkustundir, eða yfir nótt, ef tími leyfir.
g) hráefni dressingarinnar saman í lítilli skál . Lokið og setjið til hliðar. Blogið grænmetinu saman í meðalstórri skál.
h) Skerið nautakjötið þunnt yfir kornið. Leggið sneiðarnar á stórt fat og stráið helmingnum af ponzu-dressingunni yfir.
i) Stráið örblöðunum létt yfir og stráið meira af dressingunni yfir.
j) Skeið af grænmeti sem eftir er og berið fram með nautakjöti.

97.Túnfiskur Sashimi með Jalapeno Granita

HRÁEFNI:
JALAPEÑO GRANITA
- 1 bolli vatn
- ⅔ bolli sykur
- 1 jalapeño chili pipar, skorinn í bita
- 1 tsk söxuð fersk engiferrót
- 2 stór shiso lauf
- 12 aura blokk ferskur hvítur túnfiskur eða guluggatúnfiskur
- 1 sítróna, skorin í mjög þunnar sneiðar

LEIÐBEININGAR:
a) Til að undirbúa granítuna, láttu vatnið sjóða í litlum potti. Bætið sykrinum út í og hrærið þar til hann leysist rétt upp.
b) Leyfið blöndunni að kólna aðeins áður en henni er hellt í blogara.
c) Bætið jalapeño bitunum í blogarann.
d) Henda engiferrótinni og 2 shiso laufum út í. Blogið þar til blogan er froðukennd.
e) Sigtið í gegnum fínt möskva sig og fargið föstu efninu þegar þú ert búinn. Hellið vökvanum í grunna málmpönnu og setjið í frysti þar til það er fast.
f) Steikið hvíta túnfiskinn að utan með kyndli eða á pönnu við miðlungs háan hita.
g) Skerið túnfiskinn í sneiðar.
h) Til að bera fram skaltu taka Jalapeño Granita úr frystinum. Notaðu gaffal til að skafa eða flísa frosna massann. Setjið nokkrar matskeiðar af granítunni í martiniglas.
i) Raðið 4 sneiðum af steiktum túnfiski yfir granítuna, setjið sítrónusneið í miðjuna.

98.Túnfiskur og avókadó tartar

HRÁEFNI:
- 8 aura ferskur ahi túnfiskur, saxaður
- 2 tsk hakkað grænn laukur, aðeins grænir hlutar
- ½ tsk dökk sesamolía
- 4 matskeiðar Ponzu sósa
- 1 stór sítrónubátur
- ½ avókadó, afhýtt, fræhreinsað og skorið í litla teninga
- Klípa af salti
- 1 stórt shiso lauf, skorið í þunnar strimla
- ½ ensk agúrka, skorin í sneiðar

LEIÐBEININGAR:
a) Setjið túnfiskinn í litla skál sem er ekki úr málmi.
b) Bætið við grænum lauk, dökkri sesamolíu og Ponzu sósu. Blogið hráefninu vel saman. Í annarri lítilli skál, kreistið sítrónubátinn yfir avókadó teningana. Bætið við klípu af salti og niðurskornu shiso. Hrærið vel saman.
c) Settu ferhyrnt mót á borðplötuna.
d) Þrýstið ½ af túnfiskblöndunni í formið og síðan ½ af avókadóblöndunni.
e) Berið tartarinn fram með gúrkusneiðunum.

99. Avókadó og Mangó Lax Sashimi

HRÁEFNI:
- Ferskur lax, sushi-flokkur
- Þroskað mangó, skorið í sneiðar
- Avókadó, sneið
- Ponzu sósa
- Örgræn til skrauts

LEIÐBEININGAR:
a) Skerið laxinn þunnt og raðið á disk.
b) Skiptu um sneiðar af mangó og avókadó á milli laxanna.
c) Dreypið ponzu sósu yfir.
d) Skreytið með microgreens fyrir ferskleika.

100.Truffla Gulur hali Sashimi

HRÁEFNI:
- Gulur hali, sushi-gráðu
- Truffluolía
- Sjó salt
- Graslaukur, saxaður
- Sítrónubörkur

LEIÐBEININGAR:
a)   Skerið Gulur hali þunnt og raðið á disk.
b)   Dreypið truffluolíu yfir fiskinn.
c)   Stráið klípu af sjávarsalti yfir.
d)   Skreytið með söxuðum graslauk og sítrónuberki.

NIÐURSTAÐA

Þegar við ljúkum ferð okkar í gegnum „Hogbók nútímans í sushi," vona ég að matreiðsluviðleitni ykkar hafi breyst í sinfóníu bragðtegunda, sköpunargáfu og gleðinnar við að ná tökum á list nútíma sushi. Þessi hogbók er meira en safn uppskrifta; þetta er tilefni af kraftmiklum og síbreytilegum heimi sushi-iðnaðar.

Þakka þér fyrir að taka þátt í þessari könnun á bragði, tækni og nútíma ívafi sem blása nýju lífi í hefðbundið sushi. Megi færnin sem þú hefur öðlast og uppskriftirnar sem þú hefur náð góðum tökum á verða hluti af matreiðsluefninu þínu og auðga máltíðirnar þínar með oga nýsköpunar.

Þegar þú smakkar síðustu bitana af voglega útbúnu sushiinu þínu, megi það vera áminning um spennogi ferðina sem þú hefur farið inn í heim nútíma sushi-leikni. Hér er til að lyfta sushi-leiknum þínum upp, eina rúlla í einu. Til hamingju með að rúlla og smakka!

www.ingramcontent.com/pod-product-compliance
Lightning Source LLC
Chambersburg PA
CBHW071335110526
44591CB00010B/1164